நேர்மை

வி.எஸ்.ரோமா

Made with ♥ on the Notion Press Platform
www.notionpress.com

பொருளடக்கம்

1

நேர்மையகம்

1. நேர்மைன்னா என்ன?...

- செ. இராசேட் குமார்

"அவன் அவன் வாயக்கட்டி வயித்தக்கட்டி, ஒரு இன்ஷியல் அமௌண்ட்டக் கட்டி, அதுக்கு டியூவையும் கட்டி, கண்ணுக்கு கண்ணா ஒரு பைக்கு வாங்கி வச்சிருந்தா, இவனுங்க மாசாமாசம் கவர்மென்ட்டுக்கு கணக்குக் காட்றதுக்கும், மாசக்கடைசில கட்டிங் வாங்குறதுக்கும், நோ பார்க்கிங்னே போடாத முட்டுச்சந்துக்குள்ள விட்டுருக்க பைக்கக்கூட... கசாப்புக்கடையில கறிய வெட்டித்தூக்கிப் போட்றமாதி கொஞ்சம் கூட மனசாட்சியே இல்லாம, போர்க் லாக்கை, ஹேண்டில்பாரை, சைடு மிரரையெல்லாம் உடச்சி நம்ம பைக்க வண்டியில ஏத்திக்கிட்டு வருவானுங்களாம்... அதைப் போயி கேட்டா டோயிங் சார்ஜ் இருநூத்தி அறுபது ரூபா கட்டி எடுத்துட்டுப் போங்கன்னு சொல்லுவானுங்களாம்... அங்க நோ பார்க்கிங்னு போடவே இல்லையே சார்னு கேட்டா, வண்டிக்கி இன்சுரன்ஸ் இருக்கா, லைசன்ஸ் இருக்கா, ஆர்.சி புக்கு இருக்கான்னு மிரட்டுவானுங்க... எல்லாம் இருக்கு சார்ன்னு சொன்னா, ஹெட்லைட்டு ஏன்

பொட்டு வக்கல?... அதுக்கு பைன் ஐநூறு ரூபா கட்டியா?... இல்ல, டோயிங் சார்ஜ் வெறும் இருநூத்தி அறுபது ரூபா கட்டிட்டு எடுத்துட்டு போறியான்னு கேப்பானுங்க...”

இருந்த வயிற்றெரிச்சலையெல்லாம் பக்கத்தில் இருந்தவனிடம் கொட்டித் தீர்த்தேன்.

“என்ன பண்றது சார்?... கேட்டா ரூல்ஸ் பேசுவானுங்க... கேக்குறதக் குடுத்துத்தான் ஆகணும்... இவனுங்களுக்கு இதுதான் வேலை... நமக்கு ஆயிரம் வேலை இருக்கே... முதல்ல இருநூத்தி அறுபது ரூபா கேப்பானுங்க... இவ்வளவுதான் சார் இருக்குன்னு ஒரு நூறு ரூபா குடுங்க... வாங்கிட்டு உட்ருவானுங்க... வேற வழியே இல்ல...”

சொல்லிவிட்டு அவன் போய்விட்டான்.

என் மனம் ஆறவில்லை.

பொதுமக்களின் பாதுகாப்புக்காகவும், நன்மைக்காகவும் செயல்படவேண்டிய துறைகளில் இப்படி பொதுமக்களின் இயலாமையைப் பயன்படுத்தித் தங்கள் காரியத்தை சாதித்துக் கொள்ளும் இவர்கள் மாதிரியான மனித மிருகங்கள் இந்த உத்யோகத்துக்கு வந்ததைவிட வேறு ஏதாவது ______________________ வேலைக்குப் போயிருக்கலாம்.

இன்னும் கூட என் மனம் கொதித்துக்கொண்டேதான் இருக்கிறது. நானும் என்னைப் போன்றவர்களும் துடிப்பதுபோல் இவர்களையும் துடிக்க வைக்க வேண்டும் என்று முடிவு செய்தேன். எனக்கும் சில உயர் அதிகாரிகளைத் தெரியும்.

வெளியே வந்தேன்.

என்ன செய்ய நினைத்தேனோ அதை செய்தேன். ஒரு மணி நேரம் பிடித்தது. வேலையை முடித்து அந்தக் கவரைக் கையில் எடுத்துக் கொண்டேன்.

நான் செய்வது சரியா தவறா என்பதைப் பற்றி எனக்குக் கவலையில்லை. இதைச் செய்ததற்குப் பிறகு நடக்கப்போகும்

பின்விளைவுகளைப் பற்றியும் கவலையில்லை.

நேராக அந்த அலுவலம் சென்றேன்.

உள்ளே இருந்த அந்த நேர்மையான அதிகாரிகள்(?) வந்தவர்களிடம் இருநூற்றி அறுபது ரூபாயும், சிலரிடம் நூறு ரூபாயும் வாங்கிய களைப்பில் இப்போதுதான் சாப்பிட்டு-விட்டு வெளியே புகை பிடிக்கச் சென்றிருந்தார்கள். என்னு-டன் நான்கைந்து பேர் அங்கு வந்து உள்ளே பார்த்தார்கள்.

சுற்றி முற்றிப் பார்த்தேன். கிட்டத்தட்ட அது மிச்சம் மீதி ஆன ஓலைகளால் ஆக்கப்பட்டிருந்த குடிசை. அந்தக் கவரை டேபிள்மீது வைத்துவிட்டு கூட வந்தவர்களுடன் சேர்ந்து வெளியே வந்தேன்.

எதிரில் இருந்த ஒரு டீக்கடையில் ஒரு டீ சொல்லிவிட்டு நின்றேன். டீக்கடையிலிருந்து பார்த்தால் அங்கு என்ன நடக்கிறது என்பது தெளிவாகத் தெரியும். கொஞ்சம் உரக்கப் பேசினால் என்ன பேசுகிறார்கள் என்பதுகூடப் புரியும்.

சிறிது நேரத்தில் ஒரு அதிகாரி உள்ளே வந்தார். அவர் அந்தக் கவரைப் பார்க்கவில்லை. உண்ட மயக்கத்தில் சேரில் உட்கார்ந்து மல்லாந்து சாய்ந்தார். பாவம். நிறைய வேலை செய்து விட்டார் போலிருக்கிறது.

இன்னொருவர் வந்தார். அவரும் கவரைப் பார்க்காமல் பக்கத்தில் இருந்த ஒரு பெஞ்சில் படுத்து இரண்டே நிமிடத்-தில் குறட்டை விட ஆரம்பித்தார்.

மூன்றாவதாக ஒருவர் வந்தார்.

நல்லவேளை அவராவது கவரைப் பிரித்துப் பார்த்தார்.

அடுத்த நிமிடம் அவர் முகம் அதிர்ச்சியானது.

பதைத்துப் போனார்.

சேரில் அண்ணாந்து குறட்டை விட்டவரையும், பக்கத்தில் படுத்துக்கொண்டு குறட்டை விட்டவரையும் தட்டி எழுப்பி-னார்.

இருவரும் எழுந்து கவரில் இருந்த பேப்பரைப் படித்து-விட்டு கண்ணில் ஒரு சொட்டுத் தூக்கம் கூட இல்லாமல் கலைந்து போய் விழித்தார்கள். ஒருவர் போனை எடுத்தார். அவரை இன்னொருவர் தடுத்தார். இப்ப என்ன செய்றது

என்பதுபோல் த்வனியில் மற்றவர்களைப் பார்த்தார். மற்றவர்களும் லேசான குழப்பத்தில் இருந்தார்கள். பிறகு கையை ஆட்டி ஆட்டி ஏதேதோ பேசினார்கள். சரியா என்பது போல் ஒருவரை ஒருவர் கேட்டுக்கொள்ள, மற்றவர்களும் சரி என்பதுபோல் தலையசைத்தார்கள். சரி என்று தலையசைத்த ஒருவர் வேகமாக வெளியே வந்தார்.

வெளியே வண்டியை திரும்ப எடுக்க நின்றிருந்தவர்களை நோக்கி வர ஆரம்பித்தார். நானும் டீக்கடையிலிருந்து வெளியே வந்து அங்கு நின்று கொண்டேன். எல்லோரையும் அழைத்தார்.

மூன்று பேரும் சேர்ந்து ஒவ்வொருவராய் விசாரிக்க ஆரம்பித்தார்கள்.

"ஏம்பா... உன் வண்டி எது?..."

"ஹீரோ ஹோண்டா சார்..."

"இருநூத்தி அறுபது ரூபா இருக்கா?..."

அவன் இல்லை என்பது போல் யோசித்தான்.

"சரி எவ்வளவுதான் வச்சிருக்க?..."

அவன் ஐம்பதோ அறுபதோ காண்பித்தான். அதை அவசரமாக வாங்கிக்கொண்டு அனுப்பி பைக்கை எடுத்துக்கொள்ளச் சொல்லி ஹெல்பரை அனுப்பினார்.

இதே வேகத்தில் ஒவ்வொருவராய் அனுப்பிக் கொண்டிருக்க, கடைசியில் என்னுடைய முறை வந்தது.

"எவ்வளவுதான்பா வச்சிருக்க?.."

பேசாமல் சிரித்தபடி நின்றேன்.

"டீக்காவது வச்சிருக்கியா?..."

ஒரு கிழிந்த பத்து ரூபாயை எடுத்துக் காட்டினேன்.

"இத வாங்குறதுக்கு சும்மாவே இருந்துருவேன்..."

என்று முனகிவிட்டு அதையும் வாங்கிக்கொண்டுதான் விட்டார்.

"போய் எடுத்துக்க..."

நேராக வந்து வண்டியை எடுத்துக் கொண்டு கிளம்பினேன்.

அப்படி அந்தக் கடிதத்தில் என்னதான் இருந்தது?...
மறுபடியும் சொல்கிறேன்.

நான் செய்தது சரியா தவறா என்பதைப் பற்றி எனக்குக் கவலையில்லை. இதைச் செய்ததற்குப் பிறகு நடக்கப்போகும் பின்விளைவுகளைப் பற்றியும் கவலையில்லை.

அந்தக் காகிதத்தில் டைப் செய்யப்பட்டிருந்தது இதுதான்.

"பொதுமக்கள் நடமாட்டம் அதிகமாக இருந்த ஒரு குறிப்பிட்ட இடத்தில் நிறுத்தி வைக்கப்பட்டிருந்த பைக்கில் தீவிரவாதக் கும்பலைச் சேர்ந்தவர் சிலர் டைம் பாம் வைத்-திருப்பதாகத் தகவல் வந்திருக்கிறது. அந்த பைக் தற்போது உங்களால் அனுமதி இல்லாமல் தூக்கி வரப் பட்டிருக்கிறது. பாம் எப்போது வேண்டுமானாலும் வெடிக்கலாம்."

பி.கு - இப்படி எழுதப்பட்டிருந்த ஒரு கடிதத்தைப் பார்த்தும் எங்கே நாமிருக்கும் இடத்தில் பாம் வெடித்துத் தொலையப் போகிறதோ என்ற பயத்திலும், வேறு எங்காவது வெடித்துவிட்டுப் போகட்டும் என்ற எண்ணத்திலும் டோயிங் சார்ஜ்கூட(?) வேண்டாம் என்ற நோக்கத்தில் இருக்கும் இந்த நேர்மையான அதிகாரிகள்?...

கூடவே இன்னொரு விஷயத்தையும் என்னால் ஜீரணிக்-கவே முடியவில்லை. இந்த அவசரத்திலும் தங்கள் உழைப்-புக்கான ஊதியமான அந்த ஐம்பது நூறுகளை வாங்காமல் விடவில்லை, அந்த அதிகாரிகளை என்ன செய்வது?...

யாராவது சொல்லுங்களேன்...

2. நேர்மையான பிச்சைக்காரர்

ஒரு மனிதன் தனக்கு கிடைக்கும் அதிர்ஷ்டத்தை எப்படி பயன்படுத்துகிறான் என்று அறிய ஒரு மன்னனுக்கு ஆவல் ஏற்பட்டது. அதை சோதிக்க நினைத்து ஒரு நாள் இரண்டு ரொட்டித் துண்டுகளை வரவழைத்து, விலையுயர்ந்த வைரக் கற்களை ஒன்றினுள் பதுக்கி வைத்தான். பிறகு இரண்டு ரொட்டித் துண்டுகளையும் பணியாளன் ஒருவனிடம்

கொடுத்து, ""கவனமாகக் கேள், தகுதியுள்ள கண்ணியமான மனிதன் ஒருவனுக்கு இந்த கனமான ரொட்டியைக் கொடு. மற்றொரு சாதாரண ரொட்டியை ஒரு சாதாரணப் பிச்சைக்-காரனுக்குக் கொடு,'' என்று சொன்னான்.

நீண்ட மேலங்கி அணிந்து அடர்ந்த தாடியுடன் சாமியா-ரைப் போல் தோற்றமளித்த ஒரு நபருக்கு அந்தப் பணி-யாளன் வைரக் கற்கள் நிரம்பிய கனமான ரொட்டியை அளித்தான். பிறகு மற்றொன்றை ஒரு பிச்சைக்காரனுக்கு அளித்தான்.

இவற்றையெல்லாம் மன்னன் தன் அரண்மனை மேல் மாடத்திலிருந்து பார்த்துக் கொண்டிருந்தான். சாமியார் போன்ற தோற்றமளித்த நபர் தனக்குக் கிடைத்த ரொட்டியை உற்றுப் பார்த்தான்.

இது சரியாக பக்குவப்படுத்தப்படாததால் கொஞ்சம் கனமாக உள்ளது என்று எண்ணி தன் அருகில் வந்து கொண்டிருந்த பிச்சைக்காரனை அழைத்து, ""நண்பா, எனக்குக் கிடைத்த ரொட்டி கனமாக உள்ளது. எனக்கு அவ்வளவு பசியில்லை. ஆகையால் இதை நீ எடுத்துக் கொண்டு உன்னுடையதை எனக்குக் கொடு,'' என்றான்.

உடனே இருவரும் தங்களுடைய ரொட்டிகளை மாற்றிக் கொண்டனர்.

இதைக் கண்ட மன்னன், ""ஆஹா! என்ன கடவுளின் உள்ளம்! ஒரு தவயோகிக்கு செல்வம் தேவை இல்லையாத-லால் வைரக் கற்கள் உடைய ரொட்டி அவரிடம் தங்காமல் அந்த ஏழையிடம் சென்று விட்டது' என்று நினைத்தான்.

உடனே அந்த சாமியாரையும், பிச்சைக்காரனையும் பின் தொடருமாறு தன் வேலையாட்களுக்கு உத்தரவிட்டான்.

அன்று மாலையே அவ்விருவரைப் பற்றிய தகவல்களும் மன்னனுக்குக் கிடைத்தன. சாமியார் போல் தோற்றமளித்த-வர் தன் வீட்டுக்குச் சென்று பொய்த் தாடியையும், மேலங்கி-யையும் எடுத்துவிட்டு, ஆசைதீர ரொட்டியை உண்டு விட்டு, பிறகு பழையபடி தாடியை ஒட்ட வைத்துக் கொண்டு சாமி-

யார் வேடத்தில் பிச்சை எடுக்க கிளம்பி விட்டதாக அறிந்-
தான்.

தன் வீட்டிற்குச் சென்ற பிச்சைக்காரன், தன் மனை-
வியுடன் ரொட்டியை உண்ணத் தொடங்கியதும் அதற்குள்
இருந்த வைரக் கற்களைக் கண்டான்.

மகிழ்ச்சியில் துள்ளிய அவன் மனைவி அவற்றை தாங்-
களே எடுத்துக் கொள்ள விரும்பிய போது, அந்தப் பிச்-
சைக்காரன், '''இந்த வைரக் கற்களைக் கொண்டு கடவுள்
என் மனசாட்சியை சோதிக்க விரும்புகிறார்.

இந்த ரொட்டியை அளித்த அரசுப் பணியாளரிடம்
இதைப் பற்றிய உண்மையை தெரிந்து கொள்ள வேண்டும்.
இவ்வாறு வைரக் கற்கள் உள்ளிருப்பது அவருக்குத் தெரி-
யாது என்றால், அவருடைய பொருளை அவரிடமே சேர்க்க
வேண்டும். ஆனால், தெரிந்தே இவ்வாறு கொடுத்தார் என்-
றால், இவை அந்தச் சாமியாரைச் சேர வேண்டும். அது-
தான் நியாயம்,'' என்று கூறினான்.

அந்தப் பிச்சைக்காரனின் நேர்மையையும், உயர்ந்த உள்-
ளத்தையும் அறிந்த மன்னன், அவனை அரண்மனைக்கு
அழைத்து அந்த வைரக் கற்களை அவனுக்கே கொடுத்து
மேலும் பல பரிசுகளும் வழங்கினான்.

கடவுளின் அருளால் வைரக் கற்கள் ஒரு போலிச் சாமி-
யாரிடம் சிக்காமல், நேர்மையான ஒரு பிச்சைக்காரனை
அடைந்ததை எண்ணி மகிழ்ந்தான் மன்னன். பிச்சைக்கார-
ரும் அதை விற்று கிடைத்த பணத்தில் வியாபாரம் செய்து
சந்தோசமாக வாழ்ந்தார்.

3. நேர்மையாய் இரு!

செந்தில் ஒரு வேலையில்லாத பட்டதாரி. எத்தனையோ
நிறுவனங்களில் அவன் நேர்முக தேர்வுக்கு சென்று வந்தி-
ருக்கிறான். இதுவரை அவன் ஒரு தேர்வில் கூட வெற்றி
பெறவில்லை. அவனை ஒத்த நண்பர்கள் அனைவரும்

ஒரு வேலையில் சேர்ந்து விட்டிருந்தனர். அவர்களை எல்லாம் விட செந்தில் நிறைய மதிப்பெண்கள் பெற்றிருந்தான். இருந்தாலும் அவனுக்கு ஏன் வேலை கிடைக்கவில்லை என்பதை அவனால் புரிந்து கொள்ள முடியவில்லை.

ஒவ்வொரு முறையும் செந்திலுக்கு நேர்முக தேர்வுக்கான அழைப்பு வந்தவுடன் செந்திலின் அப்பா சுறுசுறுப்பாக செயல்பட ஆரம்பிப்பார். எந்த நிறுவனத்திலிருந்து தேர்வுக்கான அழைப்பு வந்திருக்கிறதோ, அந்த நிறுவனத்தில் தனக்குத் தெரிந்த யாராவது வேலை செய்கிறார்களா என்று யோசிப்பார். அப்படி யாரேனும் இருந்தால் பையனை அழைத்துக் கொண்டு போய் அவர்களிடம் அறிமுகம் செய்வார்.

தனக்கு தெரிந்தவர்கள் ஒருவரும் இல்லையென்றால் தன் நண்பர்களிடம் சென்று விசாரிப்பார். அவர்களுக்கு தெரிந்தவர்கள், அவர்களுடைய உறவினர்கள் யாரேனும் இருக்கிறார்களா? என்று கேட்டு தெரிந்து கொள்வார்.

அவர்கள் எந்த இடத்தில் இருந்தாலும் சென்று பார்த்து தன் மகனுக்கு வேலை கிடைக்க சிபாரிசு செய்ய வேண்டும் என்று கேட்டுக் கொள்வார். அதனுடன் விட்டுவிடாமல் நேர்முக தேர்வு நடக்கும் போது, “”குறிப்பிட்ட நபரை தனக்கு தெரியும்,” என்று சொல்லுமாறு மகனிடம் கூறி அனுப்புவார்.

செந்திலுக்கு இதிலெல்லாம் இஷ்டமில்லை. இருந்தாலும் அப்பா சொல்வதை அவனால் தட்ட முடியவில்லை.

அடுத்த சில நாட்களில் சென்னையிலிருந்த ஒரு நிறுவனத்திலிருந்து செந்திலுக்கு கடிதம் வந்தது. நேர்முக தேர்வுக்கான கடிதம் அது. வழக்கம் போல செந்திலின் அப்பா சிபாரிசுக்காக ஆள் தேட ஆரம்பித்துவிட்டார். செந்திலையும் கூட்டிக் கொண்டு அலைந்து திரிந்தார். கடைசியில் அவருடைய நண்பருக்கு தெரிந்த ஒருவர் சென்னையில் இருப்பதாகவும், அவர் மனது வைத்தால் செந்திலுக்கு வேலை கிடைக்கும் என்று தெரியவந்தது.

சென்னை சென்று வர நிறைய செலவு ஆகும் என்ப-
தால், தேர்வுக்கு நான்கு நாட்கள் முன்னதாகவே மகனை
மட்டும் சென்னைக்கு அனுப்பினார். சிபாரிசுக்காக சந்திக்க
வேண்டியவரை போய் பார்க்குமாறு மகனிடம் கூறினார்.
செந்திலும் அவருடைய விலாசத்தை வாங்கி வைத்துக்
கொண்டான்.

புகை வண்டியில் செந்திலுடன் ஒரு பெரியவரும் பயணம்
செய்தார். செந்திலும் அவரும் சிறிதும் நேரத்தில் பேச
ஆரம்பித்தனர். "''நேர்முக தேர்வுக்கு முதல் நாள் கிளம்பி-
னால் போதாதா?'' என்று கேட்டார். உடனே செந்தில், சிபா-
ரிசுக்காக தான் ஒரு நபரை சந்திக்கப் போவதாக கூறினான்.

"''அந்த நபர் சிபாரிசு செய்தால் உனக்கு அந்த வேலை
கிடைத்த விடுமா?'' என்று கேட்டார் பெரியவர்.

"''சிபாரிசு இருந்தால்தான் வேலை கிடைக்கும் என்று
அப்பா சொல்கிறார்,'' என்று இழுத்தான் செந்தில்.

"''அப்படியென்றால் உனக்கு வேலை இதற்கு முன்பே,
கிடைத்திருக்க வேண்டுமே,'' என்று விடாமல் கேட்டார்
பெரியவர்.

"''எனக்கு பெரிய சிபாரிசு கிடைக்கவில்லை,'' என்று
சளைக்காமல் பதில் கூறினான்.

"''வேலை கிடைப்பதற்கு நான் ஒரு வழி கூறுகிறேன்.
கேட்பாயா?'' என்று கேட்டார் பெரியவர்.

"''எனக்கு வேலை கிடைத்தால் போதும் என்ன வேண்-
டுமென்றாலும் செய்கிறேன்,'' என்று உற்சாகமாக கூறினான்.

"''சிபாரிசுக்காக நான்கு நாட்கள் அலைந்து திரிந்து வீண்
செய்வதை விட வேறு விதமாக உழைக்கலாம்,'' என்று
பெரியவர் கூறினார்.

"''எப்படி?'' என்று ஆவலுடன் கேட்ட செந்திலை புன்-
னகையுடன் பார்த்தார் பெரியவர்.

"''நிறுவனத்தில் யார் வேலை செய்கிறார்கள் என்று
தேடிபிடித்து சிபாரிசுக்காக கெஞ்சி நிற்பதைவிட அந்த நிறு-
வனத்தை பற்றிய விபரங்களையும், நீ எந்த வேலைக்காக

விண்ணப்பம் செய்திருக்கிறாயோ அதை பற்றிய விஷயங்க-ளையும் தெரிந்து கொள்ள நேரத்தை செலவிட வேண்டும்... அதுவும் எப்படி?'' என்று கேட்காதே.

'''"நீ கையில் வைத்திருக்கும் விலாசத்தை கிழித்துப் போட்டுவிட்டு ஒரு பெரிய நூலகத்தை தேடிச் செல்ல வேண்டும். இருக்கின்ற நான்கு நாட்களையும், வீணாக்காமல் நான் சொல்கிறபடி செய்தால் உனக்கு வேலை கிடைக்கும் என்று நம்புகிறேன்,'' என்றார் பெரியவர்.

நிமிடங்களில் யோசனை செய்து பார்த்தான். "அப்பா சொல்லியபடி இதுவரை நடந்தபோதிலும் வேலை கிடைக்-கவில்லை. பெரியவர் சொல்லியவாறு செய்து பார்த்தால் என்ன?' என்று தோன்றியது.

'''"உங்கள் அறிவுரைக்கு நன்றி. நீங்கள் கூறியபடியே நான் செய்கிறேன்,'' என்று கூறி பெரியவரிடமிருந்து விடை-பெற்றுக் கொண்டான்.

தேர்வுக்கு முன்பிருந்த நான்கு நாட்களையும் நூலகத்தில் செலவிட்டான். நேர்முகத் தேர்வில் நிறுவனத்தை பற்றியும், அவன் பார்க்க போகும் வேலையை பற்றியுமே கேள்விகள் கேட்டனர். செந்தில் நிறைய கேள்விகளுக்கு பதில் கூறி-னான். தேர்வு நடத்தியவர்களும், '''"வெரிகுட்'' இந்த நிறு-வனத்தில் வேலைக்கு சேரும் முன்பே நிறுவனத்தை பற்றி நிறைய விஷயங்கள் தெரிந்து வைத்திருக்கிறாய். உன்னு-டைய ஆர்வத்தை பாராட்டுகிறோம்,'' என்று சொல்லி செந்-திலை அனுப்பி வைத்தனர். அவர்களுடைய பாராட்டை கேட்டு மிகவும் மகிழ்ச்சி அடைந்தான். அவனுக்கு அப்-போதே வேலை கிடைத்துவிட்டதை போல தோன்றியது. உற்சாகமாக ஊருக்கு திரும்பினான்.

அப்பாவிடம் நடந்தவற்றை கூற அவனுக்கு பயமாகவும், தயக்கமாகவும் இருந்தது. எனவே, அப்பா கொடுத்த விலா-சத்தில் இருந்த நபரை சந்தித்ததாக பொய் சொல்லிவிட்-டான். சரியாக பதினைந்து நாட்கள் முடிந்தும். அந்த நிறு-வனத்திலிருந்து வேலையில் சேருவதற்கான உத்தரவு வந்து

சேர்ந்தது. செந்திலுக்கு தலைகால் புரியவில்லை. அப்பாவி-
டம் ஓடிச் சென்று விஷயத்தைக் கூறினான்.

'"இந்த முறை பெரிய சிபாரிசு போல் இருக்கிறது.
அதான் வேலை கிடைத்திருக்கிறது," என்று பெருமைப்பட்-
டுக் கொண்டார்.

'"அப்பா, நீங்கள் நினைப்பது தவறு. நான் உங்களிடம்
பொய் சொல்லிவிட்டேன்," என நடந்ததை ஒன்றுவிடாமல்
கூறினான் ராஜா. அவனுடைய அப்பா இதுநாள் வரை தன்
மகனை தவறான பாதையில் கூட்டி சென்றதை நினைத்து
வருத்தப்பட்டார். தன் மகனுக்கு வேலை கிடைக்க காரண-
மாக இருந்த பெரியவருக்கு மனதார நன்றி கூறினார்.

வேலையில் சேர்ந்த நாளன்று நிறுவனத்தின் முதலா-
ளியை பார்க்க வேண்டும் என்று அவனுடைய மேலதிகாரி
கூறினார். முதலாளியின் அறைக்குள் நுழைந்த செந்திலுக்கு
பெரிய அதிர்ச்சி காத்திருந்தது. அவனுடைய முதலாளி
வேறு யாருமில்லை, சென்னைக்கு வரும் வழியில்
அவனுக்கு அறிவுரை சொன்ன அதே பெரியவர் தான் முத-
லாளியாக உட்கார்ந்திருந்தார்.

'"அய்யா நீங்களா... உங்களது அறிவுரைக்கு மிக்க
நன்றி! உங்களால் நான் வாழ்வு பெற்றேன்," என்று கூறி
அவர் காலில் விழுந்தான்.

'"நேர்மையாய் இரு என்றும் உயர்வடைவாய்!" என்று
கூறினார்.

4. நேர்மை கொண்ட உள்ளம்

– மரியாதைராமன்

மரியாதை ராமன் தெனாலி ராமன் போல் விகடகவி
அல்ல, அவர் மிகவும் புத்திசாலி, இளம் வயதிலேயே
பெரியவங்களுக்கு புலப்படாத நுணுக்கமான விசயங்களையும்
எளிதில் விடுவிப்பார்.

மரியாதை ராமனின் தீர்ப்புகள் அனைத்தும் புகழ்பெற்ற கதைகளாக மக்களிடம் பேசப்பட்டு வருகிறது, அதில் ஒன்று இதோ.

மரியாதை ராமன் வசித்து வந்த ஊரில் சோமன் என்ற ஒரு பணக்காரன் இருந்தார். அவர் மிகவும் பொல்லாதவர் பணத்தாசைப் பிடித்தவர். தன்னிடம் வேலை செய்பவர்களுக்கு சரியான கூலி கொடுக்கமாட்டார்.

ஒரு முறை சோமன் தன் தோட்டத்தில் விளைந்த தேங்காய்களை சந்தையில் விற்று விட்டு, கிடைத்த பத்தாயிரம் ரூபாயுடன் தன்னுடைய மாட்டு வண்டியில் காட்டு வழியாக வீட்டுக்கும் வரும் போது தனது பணப்பையைத் தொலைத்துவிட்டார்.

வீட்டுக்கு வந்ததும் வண்டியில் பணப்பையை தேடி பார்த்து கிடைக்காமல் புலம்பி தள்ளினார். மாட்டு வண்டி ஓட்டி வந்தவர் முதல் அனைவரையும் கேட்டு பார்த்து கிடைக்காமல் என்ன செய்வது என்று தெரியாமல் விழித்தார். அப்போ அவரது மனைவியார் "உங்க பணப்பையை கண்டுபிடித்து கொடுப்பவர்களுக்கு தகுந்த சன்மானம் கொடுக்கிறேன் என்று சொல்லுங்க, கண்டிப்பாக யாராவது கொண்டு வந்து கொடுப்பாங்க" என்றார்.

ஆகா இது நல்ல திட்டமாக இருக்கிறதே என்று நினைத்து அடுத்த நாளே ஊர் முழுவதும் தண்டோரா போட்டு சொல்லிவிட்டார். ஊர் மக்களும் பணப்பை கிடைத்தால் கொடுத்து சன்மானம் வாங்கலாம் என்று நினைத்தார்கள். அப்படி தேடி பார்த்தும் யாருக்கும் பணப்பை கிடைக்கவில்லை.

இந்த சம்பவம் நடந்து ஒரு வாரத்திற்கு பின்பு அருகில் இருந்த ஊரிலிருந்து
அந்த ஊருக்கு ஒரு வழிப்போக்கர் வந்தார். அவர் பெயர் பூபாலன். மிகவும் நல்ல குணமுடையவர். ஏழையாக இருந்தாலும் கவுரவமாக வாழ பிரியப்படுபவர். தன்னால் முடிந்தவரை அடுத்தவர்களுக்கு உதவுபவர்.

அவர் விவசாயம் செய்த நிலத்தில் நிலத்தடி நீர் கிடைக்காததால் விவசாயம் சரியாக செய்யமுடியவில்லை, வேறு தொழில் செய்யவோ தன்னிடம் பணமும் அனுபவமும் இல்லை என்பதால் பக்கத்து ஊருக்கு சென்று ஏதாவது வேலை செய்து, சம்பாதித்து பின்னர் தொழில் தொடங்க நினைத்து வந்தார். போகிற வழியில் காட்டுப்பாதையில் இருந்த அம்மன் கோயிலுக்கு போய் வேண்டிக் கொண்டார்.

அப்படி காட்டுவழியில் போகும் போது அங்கே ஒரு புறா அடிப்பட்டு கீழே கிடந்தது, அதை பார்த்து இரக்கப்பட்ட பூபாலன் அந்த புறாவை தூக்கிக் கொண்டு அருகில் இருந்த குளத்திற்கு கொண்டு சென்று தண்ணீரை எடுத்து அந்த புறாவின் வாயில் ஊற்றினார், பின்னர் அந்த புறாவை அருகில் இருந்த மரக்கிளையில் வைத்துவிட்டு வந்தார். அவர் அப்படி வரும் போது பாதையின் ஓரத்தில் காலில் ஏதோ மாட்டியதை கண்டார், அது ஒரு பை. அதில் நிறைய பணமும் இருந்தது. அதை எடுத்தவுடன் பூபாலனுக்கு யாரோ பாவம், தன் பணப்பையை விட்டு விட்டு போயிட்டாங்க, அப்படி தொலைத்தவர் மனம் எத்தனை வேதனைப்படுமோ, எனவே விரைவில் அவரை கண்டுபிடித்து கொடுத்துவிட வேண்டும் என்று ஊருக்கு விரைந்தார்.

அப்போ ஊருக்குள் சென்ற போது அங்கே இருந்த கடையில் விசாரித்த போது கடைக்காரர் சோமனைப் பற்றி சொல்லி, அவர் தான் தொலைத்தவர், நீங்க இதை கொடுத்தால், கண்டிப்பாக சன்மானம் கொடுப்பார் என்றார்.

உடனே பூபாலனும் சோமன் வீட்டை தேடி பிடித்து சென்று பணப்பை கிடைத்த விபரத்தை சொன்னார், சோமனுக்கு சந்தோசம் தாங்கமுடியவில்லை. உடனே அந்த பணப்பையை வாங்கிக் கொண்டார், அதே நேரம் அவரது கெட்ட எண்ணமும் வெளிப்படத் தொடங்கியது. பணப்பை கிடைத்து விட்டது, பணமும் சரியாக இருக்குது, இப்போ ஏன் இவனுக்கு சன்மானம் கொடுக்க வேண்டும், சன்மானம் கொடுக்காமல் தப்பிக்க என்ன செய்யலாம் என்று யோசித்தார் சோமன்.

கெட்ட மனம் கொண்ட சோமன் பூபாலனைப் பார்த்து "நீ என்னை ஏமாற்றப் பார்க்கிறாய், நான் என்னுடைய பையில் வைர மோதிரம் ஒன்றையும் வைத்திருந்தேன், அது காண- வில்லை, மரியாதையாக கொடுத்து விடு, உன்னை சும்மா விடமாட்டேன்" என்று கத்தினான்.

பூபாலனுக்கு ஒன்றுமே புரியவில்லை, ஒருவேளை இவர் சொன்னது போல் வைர மோதிரம் இருந்து தொலைந்து போயிருக்குமா, நாம் தான் எடுக்கவில்லையே, இவரிடம் சன்மானம் வாங்குவதை விட பிரச்சனையில் இருந்து தப்- பிக்கலாம் என்று யோசித்தார்.

சோமனோ விடாமல் கத்தி ஆர்ப்பாட்டம் செய்தார், பூபா- லன் பணப்பை கொண்டு வந்த செய்தியை ஊராருக்கு சொன்ன கடைக்காரர், கஞ்சப்பயல் சோமன் அப்படி என்- னத்தான் பரிசு கொடுக்கப் போறான் என்று பார்ப்போம் என்று அனைவரையும் அழைத்து வந்தார். வந்த இடத்தில் பூபாலன் குற்றவாளி போல் நிற்பதை கண்ட ஊரார் சோமனை சும்மா விடக்கூடாது, இந்த பிரச்சனையை மரி- யாதை ராமனிடம் தான் கொண்டு சென்று தீர்ப்பு கேட்க வேண்டும் என்று சொன்னார்கள்.

சிறிது நேரத்தில் சோமன், பூபாலன், ஊர் மக்கள் அனைவரும் மரியாதை ராமன் முன்னால் போய் நின்- றார்கள். சோமன் தான் பணப்பையும், அதில் இருந்த வைர மோதிரம் தொலைத்த கதையையும், பூபாலன் தான் பணப்பை கண்டுபிடித்த கதையையும் சொன்னார்கள்.

ஏற்கனவே சோமன் அறிவித்த தண்டோரா பற்றி மரி- யாதை ராமனுக்கு தெரியும், அப்போ தண்டோரா போடும் போது வைரமோதிரம் பற்றி ஒன்றும் சொல்லாததும் தெரிந்- தது தான்.

ஆக மொத்தம் சோமன் ஏமாற்றுகிறான் என்பதை புரிந்- துக் கொண்ட மரியாதை ராமன், சோமனுக்கு சரியான தண்- டனை கொடுக்க நினைத்து இவ்வாறாக தீர்ப்பு கூறினார் "சோமன் தொலைத்த பையில் பணமும், வைர மோதிரமும்

இருந்தது என்று அவரே சொல்லியிருக்கிறார். இப்போ பூபா-லன் கொண்டு வந்த பையில் பணம் மட்டுமே உள்ளது, ஆக இது சோமனின் பையே இல்லை, வேற யாரோ தொலைத்த பை. அப்படி தொலைத்தவர் இதுவரை யாரும் புகார் கொடுக்கவில்லல, அவ்வாறு யாரும் புகார் கொடுக்-காதவரை நம்ம ஊர் வழக்குப்படி கிடைத்த பணத்தில் 10 பங்கு அம்மன் கோயில் செலவுக்கு கொடுத்துவிட்டு, மீதியை எடுத்தவரே வைத்துக் கொள்ளலாம், ஆக பூபாலன் அந்த பணத்தை தன் சொந்த உபயோகத்து வைத்துக் கொள்ள-லாம், சோமனின் பணம் மற்றும் வைர மோதிரம் கொண்ட பையை கண்டுபிடித்தவுடன் சோமனே சன்மானம் கொடுப்-பார், சபை கலையலாம்”.

மரியாதை ராமன் தீர்ப்பு சொன்னதும் சோமனுக்கு இதயமே நின்று போனது போல் ஆகிவிட்டது. பூபாலன் கிடைத்த பணத்தில் 10 சதவிதம் அம்மன் கோயிலுக்கு கொடுத்துவிட்டு, மீதியை தன் சொந்த ஊருக்கு கொண்டு சென்று தொழில் செய்து நலமாக வாழ்ந்து வந்தார்.

5. நேர்மை - திருவாரூர் பாபு

கலைச்செல்வன் தனக்கு முன்னால் அமர்ந்திருந்த கூட்-டத்தை வியப்பாகப் பார்த்தார். அந்தத் தலைமை அலுவல-கத்தில் வாரத்திற்கு இரண்டு அல்லது மூன்று பிரிவுபச்சார நிகழ்வுகள் சாதாரணம். ஆனால் இதுவரை கான்பரன்ஸ் ஹால் நிரம்பியதில்லை. இருபுறமும் ஊழியர்கள் ஆர்வமாக நின்றிருந்ததில்லை.

பல்வேறு துறைகளிலிருந்தும் சகாக்கள் திரண்டிருந்தார்-கள். திண்டுக்கல் கல்வி மாவட்டத்தைச் சேர்ந்த அரசாங்க பள்ளி ஒன்றின் தலைமையாசிரியர், கலைச்செல்வன் பார்-வையை உணர்ந்து வணங்கினார். செல்வனுக்கு ஆச்சரியம். வாழ்த்தி வழியனுப்பி வைக்க திண்டுக்கல்லிலிருந்து வந்தி-ருக்கிறார்.

செயலாளர் பேசிக் கொண்டிருந்தார்:

“”கலைச்செல்வனைப் பொறுத்தவரை இது ஒரு விடுதலை. பல துறைகளிலிருந்தும் அவருக்கு அன்புத் தொந்தரவுகள் அதிகம். எந்தத் துறையில் பைலில் சந்தேகம் வந்தாலும், அவரைத்தான் கூப்பிடுகிறோம். அந்த அளவுக்கு சகலமும் கற்றவர். தனது பணியை நேசிக்கும் ஒருவரால் மட்டுமே இவ்வளவு ஈடுபாட்டோடு வேலை பார்க்க முடியும். வேறு துறைக்கு அவர் மாற்றப்பட்டாலும் சில நாட்களிலேயே போராடி மீண்டும் கல்வித்துறைக்கு வந்து விடுவார். காரணம், கல்வி மீது அவர் கொண்டிருந்த ஆர்வம். . அவரது ஓய்வு கல்வித்துறைக்கு இழப்பு என்றே சொல்வேன்...”

கலைச்செல்வனுக்கு செயலாளரின் பேச்சு நினைவுகளைக் கிளறியது. அன்னப்பன்பேட்டையிலிருந்து தினம் பத்து கிலோ மீட்டர் சைக்கிளில் சென்று மயிலாடுதுறை மண்ணம்பந்தல் கல்லூரியில் எம்.ஏ. படித்ததும், திருச்சி செயின்ட் ஜோசப் கல்லூரியில் செகரெட்டேரியேட் சர்வீஸக்கு தேர்வெழுதியதும் நினைவுக்கு வந்தன.

எல்லாருக்கும் இது போன்ற பாராட்டுகள் அமைந்து விடுவதில்லை. அவர் பேட்ச் அலுவலர்கள் நான்கு பேர் இன்னும் பிரிவு அலுவலர் கிரேடைக் கூடத் தொடவில்லை. உத்யோகத்தில் உயர்வதற்கு நிறையக் காரணிகள் தேவைப்படுகின்றன. கலைச்செல்வன் அத்தனை காரணிகளையும் தனது உழைப்பு என்கிற குடைக்குள் கொண்டு வந்தவர். எந்த ஓர் அலுவலரின் பணியோடும் ஒப்பிட முடியாதவர்.

ஈடுபாடு. அர்ப்பணிப்பு, எடுத்த செயலில் முனைப்பு, எதற்கும் வளைந்து கொடுக்காத நேர்மை... அறியாமை தகர்த்து இந்த தேசம் முன்னேறுவதற்கு கல்வி அறிவைத் தாண்டி வேறெதும் இல்லை என்கிற விசாலமான எண்ணத்துடன் கூடிய உறுதியான நம்பிக்கை... அரசாங்கத்திற்கும் பள்ளிக்கூடங்களுக்கும் இடையேயான உறவுப்பாலம் கல்வித்துறை என்கிற எண்ணம்... அவரது முப்பத்தைந்து கால பணியில் அவர் சம்பாதித்து வைத்த சொத்துக்கள் இவை.

"'சார் திண்டுக்கல் கல்வி மாவட்டம் முட்லூர் கிராமத்-திற்கு அருகே உள்ள செவந்தங்குடி பள்ளி இந்த வருடம் முதல் மேல்நிலைப்பள்ளியாக நிலை உயர்த்தப்பட்டுள்ளது. ஒரு கிலோ மீட்டர் தூரத்தில் இருந்தாலும் எங்கள் ஊரிலி-ருந்து பிள்ளைகள் அந்த ஊருக்கு போக முடியாது. கார-ணம் காலம் காலமாக ஊர்ப்பகை. இதனால் எங்கள் ஊர் பள்ளி மாணவர்கள் ஊருக்கு மேற்காக பத்து கிலோ மீட்-டர் சென்றால்தான் மேல்நிலை கல்வி கற்கலாம். அவ்வ-ளவு தூரம் அனுப்புவதற்கு பெண் பிள்ளைகளின் பெற்றோர்-கள் தயங்குகிறார்கள். இதனால் இரண்டு கிலோ மீட்டருக்கு ஒரு மேல்நிலைப் பள்ளி என்கிற அரசு விதியை மீறி முட்-லூர் பள்ளியை மேல்நிலைப் பள்ளியாகத் தரம் உயர்த்தி-னால் வருடத்திற்கு ஐம்பது பிள்ளைகள் பயன் பெறுவார்கள். ஆனால் அரசு விதியை சுட்டிக்காட்டுகிறார்கள். நீங்கள் உதவ முடியுமா?"

இப்படி ஒரு வேண்டுகோளுடன் அந்தப் பள்ளியின் தலைமையாசிரியர் கலைச்செல்வனை சந்தித்தபோது கலைச்செல்வன் யோசிக்கவேயில்லை. தலைமையாசிரியரை அழைத்துக் கொண்டு நேரடியாக அமைச்சரைச் சந்தித்தார். சூழ்நிலையை விளக்கினார். அமைச்சருக்கு யதார்த்தம் புரிந்தது. அரசு விதியை தளர்த்தி நாற்பத்தெட்டு மணி நேரங்களில் முட்லூர் பள்ளி மேல்நிலைப்பள்ளியாகத் தரம் உயர்த்தப்பட்டது. அந்த பள்ளியின் தலைமையாசிரியர்தான் நானூறு கிலோ மீட்டர் பயணித்து இப்போது வாழ்த்துச் சொல்ல வந்திருக்கிறார்.

ஒருமுறை அவரது வேண்டுகோளை மீறி அமைச்சரின் நேரடி உதவியாளர் பதவி அவரிடம் திணிக்கப்பட்டபோது, அதை எதிர்த்து நீண்ட விடுப்பில் சொந்த ஊருக்குச் செல்ல மனு போட்டார்.

"'அடுத்த வாரம் கல்வித்துறை மான்யக் கோரிக்கை. கலைச்செல்வன் போன்ற அனுபவஸ்தர்கள் இருபத்தி நான்கு மணிநேரமும் எனக்கு உதவியாக, எனது நேரடி பார்வையில்

இருக்க வேண்டும். இப்போது எதற்கு விடுப்பில் சென்றிருக்-
கிறார்?"

அமைச்சர் இப்படி கேட்டபோது, """சார்... நேர்முக
உதவியாளர் பணி சிக்கலானது. நிறைய வேண்டுகோள்கள்
வரும். என்னால் வளைந்து கொடுக்க முடியாது. இது உங்க-
ளுக்கு தர்மசங்கடத்தை ஏற்படுத்தும்" என்றார் கலைச்செல்-
வன்.

"""உங்களைப் போன்ற சின்சியரான ஆபீஸர்கள் இருப்ப-
தால்தான் கல்வித்துறை சிறப்பாக இயங்குகிறது. உங்களுக்கு
என்ன சிரமம் என்றாலும் என்னிடம் வாருங்கள்" என்றார்.
ஆனால் முப்பத்தைந்து ஆண்டு கால சர்வீஸில் கலைச்-
செல்வன் யாரிடமும் எதற்கும் சென்றதில்லை. ஓர் அங்குலம்
கூட அதிகாரத்தை துஷ்பிரயோகம் செய்ததில்லை. ஆனால்
அவரை தேடித்தான் பலரும் வந்திருக்கிறார்கள்.

"""சார்... ஒரு வேண்டுகோள்... நாளை உங்களுக்கு
ரிடையர்மெண்ட். அண்டர் செகரெட்டரியா நீங்க வேலை
பார்த்தாக் கூட செக்ஷன் ஆபீஸரா நீங்க இருந்தப்ப உங்கள
கையால எழுதின அத்தனை ஜி.ஓ.வையும் எடுத்துத் தர
முடியுமான்னு எங்க செகரெட்டரி கேட்டாரு..."

பொதுத்துறை அதிகாரி ஒருவர் நேற்று கலைச்செல்வனி-
டம் வைத்த வேண்டுகோள் இது. ஜி.ஓ. தயாரிப்பு என்-
பது பிரிவு அலுவலரின் வேலை. என்றாலும், எல்லாருக்கும்
அது வந்து விடாது. சரியான வார்த்தைகளைப் போட்டு,
நெளிவு சுளிவோடு ஜி.ஓ. எழுத வேண்டும். ஜிஓ. என்று
சுருக்கமாக அழைக்கப்படும் அரசாங்க ஆணை, ஒரு பக்-
காவான ஆவணம். கல்வித்துறையில் அவர் எழுதிய ஒவ்-
வொரு ஜி.ஓவும் தெளிவானவை.

கலைச்செல்வன் சிரித்தார். அவரது வேண்டுகோளை
ஏற்று காலையில் வழக்கத்தை விட முன்பாக அலுவலகம்
வந்து அவர் எழுதிய அத்தனை ஜி.ஓ.க்களையும் பிரிண்ட்
அவுட் எடுத்தார். திரும்ப ஒருமுறை படித்தார். ஒவ்வொரு
வார்த்தையிலும் அனுபவம் பளிச்சிட்டதை அவரால் உணர

முடிந்தது. மனதில் அவரது பணி குறித்து ஒரு திருப்தி பரவியது. ரிடையர்மெண்ட் தினத்தன்று காலை எட்டு மணிக்கே அலுவலகத்திற்கு வந்து கடைசி நாளை தனது நாற்காலியில் அமைதியாக, தனது அனுபவம் பற்றி நெகிழ்வான நினைவுகளோடு கழிக்க வேண்டுமென்கிற எண்ணத்தில் இருந்தவருக்கு, தொண்டை கட்டிக்கொண்டு அழுகை வந்தது. மௌனமாக அழுதார்.

“”இப்போது கலைச்செல்வன் பேசுவார்”

எழுந்து மைக் அருகே சென்றார்.

வார்த்தைகள் வரவில்லை. தடுமாறினார். நாக்கு புரள மறுத்தது. தொண்டை அடைத்தது. அனைவரையும் பார்த்து வணங்கினார். கலங்கிய கண்களோடு திரும்ப வந்து நாற்காலியில் அமர்ந்தார்.

அருகில் அமர்ந்திருந்த துறைச் செயலாளர், கலைச்செல்வனின் உணர்வுகளைப் புரிந்து கொண்டு, அவரது கைகளை அழுத்தமாகப் பற்றினார்.

கண்களில் தேங்கி நின்ற கண்ணீர், எதிர்பார்த்திருந்தது போல மளுக்கென்று உடைந்து கன்னங்களில் வழிந்தது. மேடை மேல் இருந்த அத்தனை அதிகாரிகளும், நண்பர்களும் கண்கலங்கினார்கள். ஒரு நேர்மையாளரின் உழைப்புக்கு அங்கீகாரமும், மரியாதையும் அங்கே கண்ணீராக வெளிப்பட்டது.

தலைமைச் செயலகத்திலிருந்து வீட்டுக்கு ஏற்பாடு செய்யப்பட்டிருந்த மினி பேருந்தில் ஏறி அமர்ந்தார். நெருங்கிய நண்பர்கள் அவரோடு ஏறிக் கொண்டார்கள். பேருந்து வீடு நோக்கி நகர்ந்தது. செல்போனில் மனைவியை அழைத்தார்.

“”ஆபீஸ்லேந்து புறப்பட்டுட்டேம்மா...”

மறுமுனை அமைதியாக இருந்தது. புரிந்தது. மனைவி அழுகிறாள். தினம் காலை டிபனும் மதிய சாப்பாடும் கட்டிக் கொடுத்தவள். கடந்த இரண்டு வருடங்களாக “”ஏங்க கிளம்பிட்டிங்களா... எங்க இருக்கீங்க?” என்று மணிக்கொரு முறை செல்போனில் கேட்டவள். இனி சம்பளம்

வராதே என்கிற கவலை காரணமல்ல அந்த அழுகைக்கு. கணவன் மிகமிக நேசித்த ஒன்றை இழந்து வருகிறானே என்கிற எண்ணமே காரணம்.

“”அரைமணியில வந்திடுவேம்மா...”

பதில் எதிர்பார்க்காமல், போனை கட் செய்தார்.

“”கலை.... இனி என்னப் பண்ணப் போறீங்க...?”

அருகில் அமர்ந்திருந்த சார்புச் செயலாளர் பரந்தாமன் கேட்டார்.

சிரித்தார். “”ரெஸ்ட். ஒய்போட பேரனோட விளையாட்டு...”

“”நோ...” செல்லமாகச் சிரித்தார்.

“”உங்களோட அனுபவம், திறமை இதையெல்லாம் அந்த போரூர் டபுள் பெட்ரூம் வீட்டுல வேஸ்ட் பண்ணப் போறீங்களா?”

“”வேற என்ன பண்ணலாம்...”

“”எனக்கு வேண்டப்பட்ட ஒருத்தர நீங்க நாளைக்குப் பார்க்கறீங்க... காலைல பதினோரு மணிக்கு வரச் சொல்லி இருக்கார். சாரி... நீங்க போக வேணாம்... உங்க வீட்டுக்கு கார் வரும்... இனிமேதான் உங்களுக்கு வாழ்க்கையே ஆரம்பிக்கப் போவுது கலை...”

பென்ஷனுக்கும் சம்பளத்திற்கு இடையே விழுந்த இடைவெளியை பரந்தாமன் நிரப்புவாரோ? எப்படி நேரத்தைக் கழிக்கப் போகிறோம்? என்கிற தவிப்புக்கு முடிவோ?

“”ஏங்க வீடு கட்ட வாங்கின லோன் இன்னும் முடியாம பேங்க்ல இருக்கே... என்னங்க பண்ணப் போறீங்க...” என்று மறுகிய மனைவிக்கு ஆறுதலா

கலைச்செல்வன் புரியாமல் சிரித்து வைத்தார்.

வீட்டில் இறங்கியபோது பெரிய மாலை போட்டார்கள். துண்டு போர்த்தினார்கள். நண்பர்களும் உறவினர்களும் திரண்டு வந்திருந்தார்கள். ஏனோ மனது தனிமையை விரும்பியது. ஆனால் முடியாது போலிருந்தது

பக்கத்தில் இருக்கும் கக்கன் நகரிலிருந்து அவ்வப்போது அவரிடம் பாடத்தில் சந்தேகம் கேட்கும் சிறுவர்கள் வாசலில் நின்றிருந்தார்கள். அவரைப் பார்த்து கோரஸ்ஸ்ய் “”வணக்கம் சார்”

“”சார்... நாங்க எல்லாரும் காசு போட்டு வாங்கினோம் சார்..”

அழகான பேனா ஒன்றை நீட்டினார்கள்.

“”இனிமே பாடத்துல சந்தேகம் கேட்க பகல்லயும் வரலாமா?”

“”எப்ப வீட்டுல இருப்பேன்னு நாளைக்கு சாயங்காலம் சொல்றேன்... வாங்க”

பேனாவை வாங்கி சட்டைப் பையில் சொருகிக் கொண்டார்.

மனைவி ஆரத்தி எடுத்தாள். நெற்றியில் திலகமிட்டாள். ஆதரவாய் அவளது தோளைப் பிடித்தார்.

மொட்டை மாடியிலிருந்து சாம்பார் சாதத்தின் மனம் நாசியைத் தாக்கியது. காலை சுதந்திரத் தினத்திற்கு கொடியேற்றுவதற்கான ஏற்பாட்டில் சில சிறுவர்கள் கொடி தோரணம் கட்டிக் கொண்டிருந்தார்கள்.

உறவும், நட்பும் வாழ்த்திவிட்டு கலைந்தது.

ஐந்து நட்சத்திர ஹோட்டல் பிரம்மாண்டமாய் கண்களை நிறைத்தது. காரிலிருந்து இறங்கியதும் அடையாளம் கண்டு கொண்ட ஒருவர், கலைச்செல்வன் அருகில் வந்து சிநேகமாய் கைகுலுக்கி மரியாதையாய் முன் நடந்தார்.

அறுநூறு ரூபாய் பேண்டும், நூற்றி நாற்பது ரூபாய் சட்டையும், எழுபது ரூபாய் செருப்பும், நெற்றியில் விபூதியும் அந்த சூழ்நிலையோடு பொருந்துகிறதா என்று யோசித்தபடி நடந்தார். லிப்ட் ஏறி நான்காவது மாடி வந்தார்கள்.

பெரிய அறை அது. விசாலமாக இருந்தது. ஏசி இயங்கிக் கொண்டிருந்தது. டிவியில் கிரிக்கெட்.

“”வெயிட் பண்ணுங்கள்... எங்கள் செகரெட்டரி வந்து கொண்டிருக்கிறார்” அவர் கூறிக் கொண்டிருக்கும்போதே

கோட் அணிந்த அந்த நபர் உள்ளே வந்து விட்டார்.

பவ்யமாக கலைச்செல்வன் அருகே வந்து கைகுலுக்கி-னார்.

“”’அமருங்கள்”

கலைச்செல்வன் சிரித்து அமர்ந்தார்.

“”’பரந்தாமன் உங்களிடம் ஏதும் கூறியிருக்க மாட்டார். நான்தான் வேண்டாம் என்று கூறினேன். சஸ்பென்ஸ் வைக்க விரும்பவில்லை. உங்கள் அனுபவம் எங்களுக்குத் தேவை. கேள்விப்பட்டிருப்பீர்கள்... ஆர்ஆர் குரூப்”

கேள்விப்பட்டிருக்கிறார்.

எனவே, “”’ஆம்” என்றார்.

“”’கல்விச்சேவையில் இறங்கப் போகிறோம்.. ஆயிரம் கோடி புரொஜக்ட்... ஒரே நேரத்தில் தமிழகம் முழுக்க எட்-டுக் கல்லூரிகள்... இதில் இரண்டு மெடிகல் கல்லூரிகள் அடக்கம்.

மத்திய அரசு அனுமதி வாங்கி விட்டோம். அடுத்த வருடம் கல்வி நிறுவனங்கள் இயங்க வேண்டும். ஆனால் இங்கே சில பிரச்னைகள். பைல்கள் நகர மறுக்கின்றன. அதற்கான வழிமுறைகள் எங்கள் லயஸன் ஆபீஸருக்கு புரிபடவில்லை. அதற்காகத்தான் உங்களை பயன்படுத்திக் கொள்ள விரும்புகிறோம்... தலைமைச் செயலகத்தில் உங்-களது செல்வாக்குத் தெரியும். இதுவரையில் கல்வித்துறை-யில் இருந்த அத்தனை அமைச்சர்களின் நேக்குபோக்குத் தெரிந்தவர் நீங்கள்... விறுவிறுவென பேப்பர்கள் நகர்த்த வேண்டும். இதோ இந்த நிமிடத்திலிருந்து நீங்கள் இயங்கத் தொடங்கலாம். இந்த நம்பருக்கு எஸ்எம்எஸ்ல் உங்கள் விருப்பங்களைத் தேவைகளை, அனுப்புங்கள் என்ன வேண்-டுமானாலும் எவ்வளவு வேண்டுமானாலும் வரும். இந்த ஷெட்தான் உங்களது அலுவலகம்... மாதம் லட்ச ரூபாய் சம்பளம். என்ன சொல்கிறீர்கள்...”

கலைச்செல்வன் சிரித்தார்.

அவர் குழப்பமாகப் பார்த்தார்.

“”’எனக்கு அவகாசம் வேண்டும். யோசித்து சொல்ல வேண்டும்...”

“”’டேக் யுர் ஓன் டைம்... பட் எங்களுக்கு பாஸிட்டிவ்வான ரிசல்ட் வேண்டும்... ஒரு திறமையான கல்வித்துறை அதிகாரியின் பங்களிப்பு எங்களுக்கு முழுமையாகத் தேவைப்படுகிறது”

ஒரு தேர்ந்த நிர்வாகியின் லாவகத்தோடு பேசினார்.

கலைச்செல்வன் எழுந்து கொண்டார்.

அப்பார்ட்மெண்ட் மொட்டை மாடியில் கலைச்செல்வன் தனக்கு முன்னால் அமர்ந்திருந்த கக்கன் நகர் சிறுவர்களைப் பார்த்தார். மனசு சந்தோஷமாக இருந்தது. இவ்வளவு பேர் அவரிடம் பாடம் படிக்க திரண்டு வருவார்கள் என்பது அவர் எதிர்பாராதது. ஏதோ ஒரு வகையில் தன்னை அவர்கள் அங்கீகரித்தது போல பட்டது.

கண்கள் அவரையறியாமல் மொட்டை மாடியில் ஏற்றப்பட்டிருந்த தேசியக் கொடி மீது படர்ந்தது.

காலையில் நடந்த சம்பவம் நினைவில் ஓடியது.

அறுபத்தியாறு ஆண்டு கால சுதந்திர இந்தியாவில் மக்களின் அடிப்படைத் தேவைகளில் ஒன்றான கல்வி குறித்து தெளிவான ஒரு வரைவு தேசிய அளவில் இல்லையோ என்று தோன்றிற்று.

தமிழகத்தில் இருக்கும் ஆரம்பப் பள்ளி, தொடக்கப் பள்ளி, நடுநிலைப் பள்ளி, உயர்நிலைப் பள்ளி, மேல்நிலைப்பள்ளி பலவற்றின் வரலாறு அவருக்கு அத்துப்படி. அரசுப் பள்ளிகள் தொடர்பாக வரும் அத்தனை பைல்களும் அவரது பார்வைக்கு வந்த அடுத்த நிமிடமே தெளிவாகக் குறிப்பு எழுதப்பட்டு மந்திரியின் டேபிளுக்குச் சென்று விடும். குறிப்பிட்ட இடைவெளியில் பைல் வெளியே வராவிட்டால் நேரடியாக மந்திரிக்கு முன்பு போய் நின்று விடுவார். ஆறு மாணவர்களுடன் தொடங்கப்பட்டு இந்த வருடம் பத்தாம் வகுப்பில் இருபது மாணவர்களை கணக்குப் பாடத்தில் நூற்றுக்கு நூறு எடுக்க வைத்த தலைமையாசிரியர் அவருக்கு

நெருக்கம். ரிசல்ட் வெளியானதும் முதலில் கலைச்செல்வனுக்குத்தான் போன் செய்தார். வாழ்த்துப் பெற்றார். நல்லாசிரியர் விருது பட்டியல் மந்திரிக்குப் போகும் முன் ஒபினியன் கேட்டு கலைச்செல்வனிடம்தான் வரும்.

கல்விச்சேவை... ஆயிரம் கோடி புரொஜெக்ட். எட்டுக் கல்லூரிகள்.. அனுமதி வாங்க பேப்பர்களை நகர்த்த என்னைப் போல அனுபவமிக்க ஓர் அதிகாரி... எனது பங்களிப்பை முழுமையாக வேறு பயன்படுத்த நினைக்கிறார்கள்...

யோசிக்க... சிரிப்பும் வெறுப்பும் சேர்ந்து வந்தது. தனது நேர்மை விலை பேசப்பட்டதால் வந்த வெறுப்பல்ல அது. தேச வளர்ச்சியில் கல்வியின் முக்கியத்துவம் சூறையாடப்படுகிறதே என்கிற வருத்தம். நண்பர் பரந்தாமன் மீது கோபம் வந்தது. தனது துறைக்கு வந்து மூன்று மாதங்கள்தான் ஆயிற்று. தன்னைப் பற்றி முழுமையாகத் தெரியாது என்று சமாதானப்படுத்திக் கொண்டார்.

“”சார்... எங்களுக்கெல்லாம் டாக்டருக்கு, கலெக்டருக்கு படிக்க ஆசை இருக்கு சார்... ஆனா பெரிய ஸ்கூல்ல படிக்க வசதி இல்லை... அப்பா அம்மா கூலி வேலை பார்க்கிறாங்க... எப்ப வேணும்னாலும் எங்களையும் அந்த வேலைக்கு அனுப்பலாம்... குடும்ப சூழ்நிலை அப்படி சார்... இன்னும் பத்து பேர் எங்க நகர்ல உங்ககிட்ட பாடம் கேட்க ஆர்வமா இருக்காங்க சார்... அவங்க இங்க வர்றதுக்கு வெட்கப்படறாங்க...போன வருஷம் உங்ககிட்ட சந்தேகம் கேட்டு படிச்ச எல்லாரும் பாஸ்... ரெண்டு பேர் கணக்குல நூறு... எங்க நகர்ல ஒரு இடம் இருக்கு சார்.. தினம் சாயங்காலம் அங்க வர முடியுமா சார்.. எங்களுக்கெல்லாம் நல்லா படிக்கணும்னு ஆசையா இருக்கு பீஸ் கட்டிப் படிக்கவோ, ட்யூஷன் வச்சுக்கவோ வசதி இல்ல சார்...”

ஒரு மாணவன் சிறிதும் சுயநலமின்றி ஏக்கமாக பேசினான். அவருக்கு தனது கல்விப்பருவம் நினைவுக்கு வந்தது.

அன்னப்பன்பேட்டையிலிருந்து மண்ணம்பந்தலுக்கு நடந்தும்
சைக்கிளிலும் சென்று படித்தது நிழலாடியது.

கலைச்செல்வன், அவனை அருகில் அழைத்து கன்னத்-
தில் தட்டினார்.

'''"நாளைலேந்து அங்கேயே பாடம் படிக்கலாம்''
மாணவர்கள் படபடவென கைதட்டினார்கள்.

6. நேர்மைக்கு பலன்

- ஸ்ரீ. தாமோதரன்

அன்று காலை எழுந்தவுடன் ரமணிக்கு மனது சோர்வாக
இருந்தது, காரணம் அவர் மனதுக்கு தெரியும், இருந்தாலும்
அதை நினைக்கக்கூடாது என வலுக்கட்டாயமாக மனதுக்-
குள் திணித்தார்.மற்றபடி வழக்கம்போல காலைக்கடன்கள்
முடித்து மனைவி லட்சுமியின் சமையலை கிண்டல் செய்து
அலுவலக காருக்காக காத்திருந்து, வந்தவுடன் மனைவியின்
கன்னத்தை தட்டி "பை" என்று சொல்லி காரில் ஏறி-
னார்.விடை கொடுத்த மனைவி லட்சுமிக்கும் மனது வருத்த-
மாகத்தான் இருந்தது.தன் கணவன் மன நிலை இன்று எப்-
படி இருக்கும்? அவர்களை பொருத்தவரை ஓரளவு வசதியு-
டனே உள்ளார்கள், குழந்தைகள் இருவரையும் கரையேற்றி
இருவரும் தனித்தனியாக குடும்பத்துடன் வாழ்ந்துகொண்-
டிருக்கிறார்கள். இவர் கடும் உழைப்பாளி, இவரால் தன்
மனசையும் உடலையும் கொஞ்ச நேரம் கூட சும்மா வைத்-
திருக்க விரும்பாதவர், அப்படிப்பட்டவர் இன்று எந்த மனநி-
லையில் வருவாரோ? மனதில் பலதும் எண்ணி கலங்கினாள்
லட்சுமி!

காரை விட்டு இறங்கிய ரமணி அதே வேகத்தில் தன்
அலுவலகத்திற்குள் நுழைந்தார், அவரைக்கண்டவுடன்
அலுவலக ஊழியர்கள் சட சடவென எழுந்து வணக்கம்
சொல்ல இவர் வரிசையாக தலையசைத்துக்கொண்டே தன்
அறைக்குள் நுழைந்து நாற்காலியில் உட்கார்ந்தார்.

மேசையின் மேல் இருந்த அழைப்பு மணியை அமுக்க உதவியாள் எட்டிப்பார்த்தான், அக்கவுண்டண்டை வரச்-சொல்! பத்து நிமிடத்துக்குள், “நான் உள்ளே வரலாமா” என்ற குரலுடன் அக்கவுண்டண்ட் உள்ளே வந்தார். இன்-றைய அலுவல்கள்,அனுப்ப வேண்டிய கடிதங்கள்,அனைத்-தையும் மள மள வென சொல்லி முடித்தவர், வேறு ஏதேனும் சொல்ல விரும்புகிறீர்களா? என்பது போல அக்-கவுண்டட்டை பார்த்தார். சார் நம்ப டிரைவர் சீனி விசயமா விசாரணை ஒண்ணு இன்னைக்கு பத்து மணிக்கு இருக்கு, ஆமா ஆமா..எனக்கு ஞாபகம் இருக்கு, நான் சொன்ன வேலைகளை எல்லாம் பத்து மணிக்குள்ள முடிச்சிடுங்க சரியா பத்து மணிக்கு நாம இரண்டு பேரும் போய்ட்டு வந்-துடலாம்.

டிரைவர் சீனி கைகட்டி நின்று கொண்டிருந்தார், நல்ல அனுபவசாலி, பொள்ளாச்சியில் இருந்து மலைப்பாதையில் வந்துகொண்டிருந்த பொழுது வண்டி வளையும் போது வலது புறம் உள்ள மண் திட்டில் உரசி வண்டியின் வலது புறம் பெருத்த சேதாரம் ஆகியிருந்தது, இதன் காரணமாகவே விசாரணை நடைபெற்றுக்கொண்டிருக்கிறது.ரமணன் கேள்-விக்கு சீனி அமைதியாக பதிலளித்துக்கொண்டிருந்தார், அக்கவுண்டண்ட் குறிப்பு எடுத்துக்கொண்டிருந்தார். பின் ஓட்டுனர் சீனியை போகச்சொல்லிவிட்டு நான்கைந்து அதி-காரிகளுக்குள் விவாதம் நடத்திவிட்டு ரமணனும், அக்க-வுண்டன்டும், வெளியே வந்தனர், சீனி அவர்களை கை எடுத்து கும்பிட்டு தலைகுனிந்து நின்றுகொண்டிருந்தார்,அக்-கவுண்டன்ட், சீனியின் தோளை தட்டிக்கொடுத்து உன்னு-டைய அனுபவத்தைக்கொண்டு இனிமேல் இம்மாதிரி நடக்-காது என்ற உறுதிமொழி கொடுத்ததால் இரண்டு நாட்கள் ‘”சஸ்பென்சனுடன்” முடிக்கலாம் என அறிக்கை கொடுத்-துள்ளோம் பார்க்கலாம்,இனிமேலாவது ஒழுங்காக இரு! என்று சொல்லி இருவரும் கிளம்பினர்.சீனி இவர்கள் இரு-வரையும் பார்த்து கும்பிட்டு நன்றி கூறினார்.

அலுவலகதுக்குள் நுழையுமுன் காண்ட்ராக்டர் பரமசிவம் இவருக்காக காத்திருந்தார்.

ரமணன் உள்ளே வந்தவுடன் அவருக்கு வணக்கம் போட ரமணன் மெல்லிய தலை அசைப்புடன்அவர் அறைக்குள் சென்று அமர்ந்தார். பரமசிவம் மெல்ல அவர் அறையின் கதவை தட்டி உள்ளே வந்தவர் இவர் எதிரில் நின்று சார் என் “பில்” ஒண்ணு நிக்குது, கடைசியா கையெழுத்து போட்டுட்டீங்கண்ணா நல்லா இருக்கும், தலையை சொறிந்-தார்.நீங்க எதுனாலும் எதிர்பார்த்தீங்கன்னாலும் செஞ்சு கொடுத்திடறேன். மெல்ல சிரித்தார்.

“பரமசிவம்” எங்கூட நீங்க வேலை செய்ய வந்து இருபது வருசமாச்சு, இது வரைக்கும் எனக்கு என்னைக்காச்சும் உங்க காண்ட்ராக்டர் வேலைக்காக பணம் கொடுத்திருக்கீங்-களா? அப்படி இருக்கையிலே கடைசியில மட்டும் எப்படி உங்ககிட்ட பணம் கேட்பேன்னு எதிர் பார்த்தீங்க? இப்ப கூட என் கூட வாங்க, நான் சொல்ற வேலை எல்லாம் செய்ய ஏற்பாடு செய்யுங்க, நான் உடனே கையெழுத்து போட்டுட-றேன்.

பரமசிவத்துக்கு இவரைப்பற்றி நன்றாகத் தெரியும்,இவரு-டன் இருபது வருடமாக இருக்கிறார், அவரைப்பொருத்த-வரை சொன்ன வேலையை சரிவர செய்திருந்தால் போதும், எதையும் எதிர்பார்க்க மாட்டார், அது போல காண்ட் ராக்டர்களின் சிரமங்களையும் எண்ணிப்பார்ப்பார்.மன்னிச்-சுங்குங்க சார்,இப்பவே போலாம் சார், என்று ரமணனை அழைக்க இருவரும் வேலை நடக்கும் இடத்துக்கு வந்தனர், ரமணன் ஒரு சில வேலைகளை சொல்ல பரமசிவம் ஆட்-களை ஏற்பாடு செய்து அந்த வேலைகளை செய்ய வைத்-தார்.பின் இருவரும் அலுவலகம் வந்து பரமசிவத்தின் ஒப்-பந்த வேலைக்கான “ஆணைகளை” கையெழுத்திட்டு மேல் அலுவலகத்துக்கு அனுப்பி வைத்தார்.பரமசிவம் நன்றி கூறி வெளியேறினார்.

ரமணனுக்கு பசிக்க ஆரம்பித்தது, மனைவி கட்டிக்கொடுத்த சாப்பாட்டை பிரித்து சாப்பிட்டார், மனைவி கொடுத்த சாப்பாட்டை இங்கிருந்து சாப்பிடுவது இன்றோடு கடைசி என நினைத்துப்பார்க்கையில் அவருக்கு கண்ணீர் வந்தது, மனதை திட்டி அடக்கினார். வாழ்க்கை என்பது எங்காவது ஓரிடத்தில் நின்றுதான் ஆகவேண்டும் என்பதை நினைவுபடுத்திக்கொண்டார்.

அடுத்த அலுவலக வேலைகளில் பரபரப்பாக இருந்தார். மாலை நான்கு மணி இருக்கும், அவரது அறைக்கதவு தட்டப்பட்டது, 'யெஸ் கமின்'' என்று கம்பீரக்குரலில் சொல்ல அவரது அலுவலக ஊழியர்கள் அனைவரும் உள்ளே வந்தனர், சார்..இன்னைக்கு ஐஞ்சு மணிக்கு மேல ஒரு பார்ட்டி உங்களுக்காக வச்சிருக்கோம். இதைக்கேட்ட ரமணனின் உள்ளம் விழுந்துவிட்டது, இரத்தங்களும் சுண்டினாற்போலிருந்தது, அவ்வளவுதானா? எனது பணி இன்னும் ஒரு மணி நேரந்தானா? இருந்தாலும் மனதை திடப்படுத்திக்கொண்டு "ஆல் ரைட்"
வந்திடறேன், என்று அவர்களை சமாளித்து அனுப்பினார்.

அந்த ஒரு மணி நேரத்தை ருசித்து அனுபவிக்கவேண்டும் என முடிவு செய்தார். ஒவ்வொரு "பைலாக" எடுத்து அவர் எழுதிய அலுவலக குறிப்புகளை எப்படி எழுதினோம் என நினைவு கூர்ந்து மகிழ்ந்தார், அவரது ஒவ்வொரு கையெழுத்தையும் தடவிப்பார்த்து மகிழ்ந்தார்.சுமார் முப்பத்தி மூன்று வருடங்கள்அவ்ர் கை பட்டு புழங்கிய காகிதங்கள், பைல்கள், ஒவ்வொன்றாய் அவருக்கு சம்பந்தமில்லாமல் போகப்போகிறது. அப்படியே கண்ணை மூடி அமர்ந்திருந்தார்.

சரியாக ஐந்து மணி அடிக்க பத்து நிமிடங்களுக்கு முன்னால் கதவு தட்டப்பட்டு அவரது உயர் அதிகாரி மாலையுடன் உள்ளே வந்தார்.வாழ்த்துக்கள் என்று சொல்லி அவருக்கு மாலை போட்டு கை குலுக்கினார், உயிர் உடலை விட்டு பிரிந்தால் கை எப்படி செயல்படும் என்பதைப்போல

கையை குலுக்கினார் ரமணன்.வாங்க போலாம் வெளிய எல்லா “ஸ்டாப்களும்”காத்துகிட்டிருக்காங்க, அழைத்தார்.இருவரும் வெளியே வர எத்தனிக்க போன் அடித்தது, இனிமேல் நான் போன் எடுப்பது நன்றாக இருக்காது என நினைத்து ரமணன் தயங்க அவர் தயக்கத்தை புரிந்துகொண்ட அதிகாரி தானே போனை எடுத்தார்.

போனை எடுத்து “ஹலோ” சொல்லி போனை எடுத்து காதில் வைத்தவரின் முக பாவங்கள் மாறிக்கொண்டே இருந்தன, ஓஹொ அப்படியா.. என பல்வேறு ஆச்சர்ய முகபாவத்துடன் போனை கீழே வைத்தவர் “கங்கிராட்ஸ்” மிஸ்டர் ரமணன், உங்களுக்கு மூன்று வருசம் எக்ஸ்டன்சன் கொடுத்திருக்காங்க, அது மட்டுமல்ல உயரதிகாரியாக போஸ்ட் பண்ணி சென்னைக்கு வரச்சொல்லியிருக்காங்க, “வாழ்த்துக்கள்” மறுபடியும் கை குலுக்கி ‘ஓகே” இந்த பார்ட்டியை உங்க புரமோசனுக்காகவும்,டூட்டி எக்ஸ்டன்சனுக்காகவும்,எங்களை விட்டு சென்னைக்கு போறதுக்காகவும் நடத்திடலாம்.

7. நேர்மையின் நிறம் சிகப்பு....!

- காரை ஆடலரசன்

மத்திய அரசு தணிக்கை அதிகாரி ராஜசேகரன் அறையிலிருந்தபடி ஜன்னல் வழியே வெளியே பார்த்தார். கண்ணுக்குக் குளிர்ச்சியாய் வெளியே பச்சைப்பசேல் காடு. அப்படியே வீட்டைச் சுற்றி அச்சு அசலாய் ராணுவ வீரர்;கள் போல் ஏ.கே. 47, பைனாக்குலருடன் தீவிரவாதிகள் காவல்.

இங்கு வந்து இன்றோடு ஒரு மாதம் நான்கு நாட்கள் சிறை ! நினைக்க வியப்புமட்டுமில்லை. துக்கமும் தொண்டையடைத்தது.

அதேசமயம்•••..

“சாப் !” அறைக்கு வெளியே குரல் கேட்டது.

திரும்பினார். ராணுவ முறையில் வணக்கம் வைத்தப்படி ஒரு தீவிரவாதி.

"உங்களுக்கு ஒரு சந்தோசமான சேதி. உங்களுக்கு விடு-தலை. எங்களை விட்டு பிரியப்போறீங்க." சொன்னான்.

கேட்ட இவருக்குள் குப்பென்று சந்தோசம் பொங்கி காதை அடைத்தது.

"நேத்திக்கே பேச்சுவார்த்தை முடிஞ்சு போச்சு. இன்-னைக்கு எங்க பாஸ் வந்து உங்களைச் சந்திச்சு நேரடியாய் உங்ககிட்ட சேதி சொல்லி எங்களுக்கு உத்தரவிடுறார்." சொல்லிச் சென்றான்.

குதித்து கும்மாளமிடவேண்டிய ராஜசேகரன் மெல்ல நாற்-காலியில் அமர்ந்தார்.

'எங்கே கொண்டு விடுவார்கள். தன்னைப் பிடித்த இடத்-திலேயா. டெல்லியில் எங்காவது ஒரு மூலையிலா. இல்லை.. ஆளை இங்கே விடுகிறோம் அழைத்துச் செல்-லுங்கள் பேச்சா. அதுவுமில்லை சினிமா பாணியில் ஒரு குறிப்பிட்ட இடத்தில் தீவிரவாதிகள் ஒருபுறம் அதிகாரிகள் எதிர்புறம் நின்று அவர்கள் ஆட்களையும் தன்னையும் செல்லுங்கள் என்று போகச் செய்வார்களா ? எப்படி பேச்-சுவார்த்தை ?'

'எப்படியோ நாளைக்கு விடுதலை. இத்தனை நாட்கள் அஞ்ஞாதவாசத்திற்கு முடிவு. இந்த காட்டிலிருந்து விடு-தலையாகி வெளி உலகம் பார்க்கப்போகிறோம். மனைவி மக்கள்களுடன் சேரப்போகிறோம்; நினைக்கும் போது உள்-ளுக்குள் ஒரு பூரிப்பு புதுவகையான தெம்பு வந்தாலும் நாளைக்கு இவர்களை விட்டுப் பிரியப்போகிறோம் !' நினைவு சட்டென்று அவர் மனசுக்குள் கனத்தை ஏற்படுத்-தியது.

வெளியே வெறித்தார்.

எப்போதும் மக்கள் வெள்ளத்தில் மிதக்கும் டெல்லியின் இதயம் சாந்தினி சௌக்கில் சாதாரண மக்களோடு மக்களாய் ஏதோ ஒரு கடையில் பொருள் வாங்கியவரின் முதுகில்

ஒருத்தன் நெருங்கி யாருக்கும் தெரியாமல் துப்பாக்கி வைத்து... "சாப் ! துப்பாக்கி! இங்கே நான் மட்டுமில்லே. சுத்தி பத்துப் பேர். நாலு மனித வெடிகுண்டு. நீங்க முரண்டு பிடிக்காம எங்ககூட நடந்தீங்கன்னா உங்க உயிருக்கு உத்-திரவாதம். மக்களுக்கும் சேதம் இருக்காது ! பிடிச்சா அத்-தனையும் நடக்கும்." கிசுகிசுத்தான்.

ராஜசேகரனுக்கு ஒரே ஒரு விநாடிதான் அதிர்ச்சி. நிலைமையை உள்வாங்கிக் கொண்டபின் மௌனம்.

அடுத்த விநாடி சுற்றி உள்ள எவருக்கும் எந்தவித சந்-தேகமும் ஏற்படாதவாறு நெருங்கி நடத்தி வந்து காரில் ஏற்றி... ரொம்ப சுலபம், சாதாரணமாக கடத்தி விட்டார்கள். இரண்டு நாட்கள் பயணத்திற்குப் பின்தான் இந்த நடுகாடு, வீடு.

"ராஜசேகரன் சார் ! உங்களைக் கடத்துறதும், கஷ்-டப்படுத்துறதும் எங்க நோக்கமில்லே. எங்களுக்குத் தேவை...திகார் சிறையில் இருக்கிற ஆறு தோழர்;கள். அவர்களை விடுதலை செய்ய நீங்க கருவி. நீங்க இங்கே சிறை வைக்கப்பட்டிருக்க நினைப்பே வேணாம். இந்த வீட்ல எங்கே எப்படி வேணுமின்னாலும் இருக்கலாம். சுதந்திரமாய் எங்க கண்ணுக்கு முன் சுத்தலாம் பேசலாம். இது எங்க விருந்தினர் மாளிகை. தப்பி மட்டும் போகவேணாம். உயிர் இருக்காது." கடத்தி வந்தவன் சொன்னான்.

அதுவரை கலவரமாய் இருந்தவருக்குள் சின்ன ஆறுதல்.

நான்கு நாட்கள் மனைவி, மக்கள் பிரிவு. அவர்கள் துக்-கம், கஷ்டம். அடுத்து வழி இல்லை என்று தெளிந்த பின்-தான் இருக்கும் இடத்தோடு ஒன்ற ஆரம்பித்தார்.

கொஞ்சமாய் ஒவ்வொருவரிடமாக பேச்சுக் கொடுத்தார். அவர்கள் சுலபமாக பழகவில்லை. இறுக்கம் காட்டினார்கள். பின் இவரது பேச்சு நடவடிக்கையில்....திருப்தி ஏற்பட்ட-பின் மெல்ல பேசி...பின் சரளமானார்கள். பின்தான்...

"தோழா ! உங்க நோக்கம் குறிக்கோள் என்ன ?" அவர்-கள் நாடியைப் பிடித்தார்.

“காஷ்மீர் பாகிஸ்தானோட சேரனும்.”

“நீங்க பாகிஸ்தானியா ?”

“இல்லை. இந்தியார். இந்திய நாட்டுப் பிரஜை.!”

“பின் ஏன் இந்த ஆசை. நம்ம நாட்டுப் பகுதியை அண்டை நாட்டோடு சேர்க்கிறது துரோகமில்லையா ?”

“இருக்கலாம். ஆனா இல்லே. காஷ்மீரம் முஸ்லீம்கள் அதிகம் உள்ள இடம். பிரிவினையான ஜி;ன்னா காலத்தி-லேயே சேர்த்திருக்கனும். தவறிட்டாங்க. இப்போ முயற்சிப் பண்றோம். இனம் இனத்தோட சேர்றது நல்லதில்லையா?”

“ஆக...இன உணர்வுமிக்க இந்தியர்கள் !” புன்னகைத்-தார் ராஜசேகரன்.

ஆனால் கேட்டவர்கள், பேசியவர்கள் முகத்தில் இறுக்கம் வந்தது.

“உங்க முயற்சி, லட்சியம் நிறைவேறிட்டா தீவிரவாதத்-தைக் கைவிட்டுடுவீங்களா ?

“அது எங்க தலைமை தீர்மானிக்க வேண்டிய விசயம்.”

“தலைவர் யார் ?”

.”இது உங்களுக்குத் தேவை இல்லாத விசயம். நமக்கு அநாவசியம்.”

“இருக்கலாம். தெரிஞ்சிக்கலாமில்லையா?”

“தெரிஞ்சிக்கலாம். நாளைக்கு அது எங்க மொத்த பேருக்கும் ஆபத்து.”

அவர்கள் பயம் இவருக்குப் புரிந்தது.

“இது வீண் பயம். அதாவது நான் விடுதலையான பின் மேலிடங்களுக்கு விபரம் சொல்லி நடவடிக்கை எடுப்பேன்னு பயப்படுறீங்க. தப்பு. நான் அப்படிப்பட்ட ஆளில்லே.” சொன்னார்.

“நாங்க யாரையும் நம்புறதில்லே.”

“நம்பிக்கைத்தானே வாழ்க்கை!?”

“நாங்க பேச்சில் மயங்கமாட்டோம்”.

“நான் உங்ககிட்ட என்னை எப்படி புரியவைக்கிறது, நம்-பவைக்கிறது தெரியலை. ஆனா உங்களைக் காட்டிக்கொ-

டுத்து அழிக்கும் நோக்கம் எனக்கில்லே.”

“அதுக்கு உத்திரவாதம் ?”

“தெரியலை....” பரிதாபமாகக் கைவிரித்தார்.

“மக்கள் மேல கொஞ்சமும் அக்கரை இல்லாம கோடி கோடியாய் அதுவும் லட்சக்கணக்கில் கொள்ளையடிக்கிற அரசியல்வாதிகளை நினைக்கும்போது எங்க நெஞ்சம் கொதிக்குது சார்.” ஒருத்தன் துடித்தான்.

“உண்மை. அதுக்குத்தான் அடுத்த முறை மக்கள் அவுங்களுக்குச் சரியான தண்டனை கொடுத்திடுறாங்களே.” இவர் பதில் சொன்னார்.

“இல்லே சார். ஆயிரம் ஐயாயிரம் லஞ்சம் வாங்கின அதிகாரிங்களெல்லாம்... முகத்தை மூடிக்கிட்டு சிறைக்கு வர்றான் கைதாகிறான். ஆனா.... லட்சம் கோடியில கொள்ளையடிக்கும் இந்த அரசியல்வாதிங்க....மருந்துக்குக்கூட வெட்கம், அவமானப் படாம சிறைக்குப் போய் அடுத்த நாளே வெளியே வர்றாங்க. பணத்தால வாய்தா வாங்குறாங்க. விசாரணைக் கமிசன் அமைச்சு அதை பேச்சு மூச்சில்லாம சாகடிக்கிறாங்க. எந்த விசாரணைக் கமிசன் குற்றவாளிகளைக் கூண்டுல ஏத்தி இருக்கு சொல்லுங்க பார்ப்போம்.?” ஒரு சிங் கோபப்பட்டான்.

ராஜசேகரனால் வாயைத் திறக்கமுடியவில்லை.

“இப்படி நிறையக் கொதிச்சுதான் சார். நாங்க ஆயுதத்தைக் கையிலெடுத்தோம் எடுக்கிறோம்.”

“இங்கே இன்னொரு சுதந்திரப் போராட்டம் வரும், வரனும் சார்.”

“இந்த சனநாயகம் சாகனும் சார்.” ஆளாளுக்கு ஆவேசப்பட்டார்கள்.

“உங்க தலைவரைப் பத்தி உங்களுக்கு என்ன தெரியும் ?” ராஜசேகரன் பேச்சை மாற்றினார்.

“நிறையத் தெரியும். அவர் இந்தி;ய நாட்டுப் பிரஜை. மக்களுக்காக நிறைய போராட்டங்கள் நடத்தி இருக்கார். அரசியல்வாதிகள் அதிகாரிகள் கொலை கொள்ளை

ஊழல்ன்னா இவருக்கு வெறுப்பு. அதனால் பல போராட்-டங்கள் நடத்தி சிறைக்குப் போயிருக்காhர். தப்பிச்சிருக்கார். தண்டனையும் அனுபவிச்சிருக்கார்.''

“நீங்க எப்படி இந்த இயக்கத்தில் சேர்ந்தீங்க ?''

“படிச்சு வேலை இல்லாத விரக்தி, நாட்டோட போக்கு, அரசியல்வாதிகள் அடவாடித்தனம், அட்டூழியம்..... எல்-லாம் சேர்ந்து சுனாமியாய்த் தாக்கி எங்களை இங்கே ஒதுக்-கிடுச்சு. இந்த இயக்கத்துல இருக்கிற ஒவ்வொருத்தன் தாக்-கமும் இதுதான். துப்பாக்கித் தூக்கி ஆயுதத்தால அயோக்-கியர்களை துடைச்சி எறிஞ்சி இந்திய நாட்டை சுத்தப்படுத்-துறதுதான் எங்க நோக்கம், கொள்கை.''

“உங்களுக்கும் உங்க குடும்பத்துக்கும் இப்போ தொடர்பு இருக்கா ?''

“இல்லே.''

“பிரயோஜனம் ? அதாவது நீங்க குடும்பத்துக்கு உதவு-றீங்களா ?''

“இல்லே.''

“குடும்பம் எப்படி எந்த நிலையில் இருக்குன்னாவது தெரியுமா ?''

“தெரியாது.''

“பெத்த தாய் தகப்பன் குடும்பம் மொத்ததுக்கும் நன்-றிக்கடன் தீர்க்க முடியாத நிலை உங்க நிலை. இதுதான் உண்மை இல்லையா ?''

“..............................அஅ ஆமாம்.''

இப்படி கொஞ்சம் கொஞ்சமாய்ப் பேசி....அவர்கள் இளகி வரும் சமயத்தில் விடுதலை. !

நமக்கு விடுதலை தேவையா ? சட்டென்று அவருக்-குள்ளே ஒரு மறுப்புக் குரல் எழுந்தது.

மனைவி மக்களுக்கு தன் பிரிவைத் தவிர அவர்களுக்கு குறை ஏதுமில்லை. பி;ள்ளை படித்து ஐ.ஏ.எஸ், பெண் படித்து அமெரிக்காவில் குடித்தனம். மனைவி வாழ்நாள் முழுதும் நிம்மதியாய் இருக்க நியாயமாய்ச் சம்பாதித்த வீடு,

பணம், பரம்பரை சொத்து,இவரும் வாழவேண்டியதெல்லாம் வாழ்ந்து வி;ட்டார். இங்கு இருந்து இவர்களைத் திருத்தி…. நினைக்கும் போது….படபடவென்று துப்பாக்கிகள் வெடித்-தது. துணுக்குற்றுப் பார்த்தார்.

தலைவர் வருகைக்காக தொண்டர்கள் வரவேற்பு. அவர் படி ஏறினார்.

வந்தார்.

"சாப்! பேச்சு வார்த்தை வெற்றி. எங்க கோரிக்கையை அரசாங்கம் ஏத்துக்கிடுச்சு. எங்க ஆட்களும் தற்போது வெளியே வந்தாச்சு. உங்களைக் கொண்டு போய் சேர்க்கிற-துல சின்ன சிக்கல் !" நிறுத்தினார்.

"சொல்லுங்க?"

"உங்களாலதான் நிறைய ஊழல்கள் வெளியே தெரிஞ்-சுதாம். இதுபோல நேர்மையான அதிகாரி எங்களுக்குத் தேவை இல்லே சொல்றாங்க. என்ன செய்யலாம் ?" துப்-பாக்கியை எடுத்தார்.

ராஜசேகரன் அதிர்ச்சியில் உறைந்தார்.

"அது மட்டுமில்லே. நீங்க மறுத்து உயிரோட விட்டாலும் நாங்க விடமாட்டோம். பழி உங்க மேல தானா சேரும். அதுக்கு நீங்களே காரியத்தை முடிச்சிடுங்க. உங்க ஆட்-களை விட்டதுக்கு நன்றி விசுவாசமாய் இதைச் செய்யுங்க சொல்றாங்க. மன்னிச்சுக்கோங்க." முடித்து துப்பாக்கியைப் படபடவென்று வெடித்தார்.

8. நேர்மைத்திறமுமின்றி

- தர்மபுத்ரன்

கிராமத்திலிருந்து அப்பா அடுத்தவாரம் சிலவேலைகளை முடிக்க சென்னைக்கு வரவேண்டியிருப்பதாகவும், அப்போது எங்களுடன் வந்து இரண்டு நாட்களாவது தங்கிச்செல்வ-தாகவும் தொலைபேசியில் தெரிவித்தார். அவரின் சென்ற வருகை ஒன்றரை ஆண்டுகளுக்குமுன் பொங்கலின்போது.

அப்போதுதான் ஏதோ ஒரு திருப்புமுனை:அவரிடம் ஏகப்பட்ட மாற்றங்கள், என்று அம்மா அடிக்கடி சொல்வாள். அவர் வந்தபோது நடந்த நிகழ்வுகள் நெஞ்சில் நிழலாடத்தொடங்கின.

அலுவலகத்தில் முக்கியவேலை இருந்தாலும், என் வீட்டுக்காரர் பொங்கல் விழாவுக்கு கிராமத்திற்கு அழைத்துச்செல்லத்தவற மாட்டார். என் பிறந்தவீடும் அருகிலுள்ளதால், அங்கு சென்று கொண்டாடும் வழக்கம் தொடர்ந்தது. அந்த வருடம் முடியாது என்றுவிட்டார். அவருக்கும் அலுத்து விட்டது போலும். முன்னர்போல் கிராமம் விழாக்கோலம் பூண்டு விமரிசையாக எல்லாம் நடக்கிறதா என்ன? அறுவடை சிறப்பாக இருந்தால்தானே அது சாத்தியம்.

ஒருவாறு தயாராகி அடுக்குமாடிக்குடியிருப்பிலேயே பொங்கல் வைத்துக்கொண்டாடினோம், எவர்சில்வர் பானை, குக்கர், காஸ் அடுப்பு சகிதம். காணும்பொங்கலுக்கு எல்லோரும் கடற்கரைக்கு சென்றோம். கூட்டமான கூட்டம். நான்கே வயதான சுவேதாவை பத்திரமாக அழைத்துக் கொண்டு வருவதே பெரும்பாடாகி விட்டது. கூட்டம் இருந்தது :கொண்டாட்டம் இல்லை.

கிராமத்தில் காணும்பொங்கல்தான் சிறுமிகளின், கன்னிகளின் விழா. அன்று பெண்கள் சாதிமத, வயதுவித்தியாசமில்லாமல் கூடி கும்மியடிப்பர். ஆண்களுக்குத்தான் சாதிமத பேதம்: ஆதிக்கசாதி, அடிமைச்சாதி என்று. பெண்களுக்கு ஏது? எல்லாப் பெண்களும் பிள்ளைபெறுகிறசாதி மட்டும்தானே! எல்லோரும் வீட்டிலிருந்து கொண்டுவரும் நொறுக்குத்தீனி , உணவுப் பொருட்களைப் பரிமாறிக்கொள்வர். வயதுப்பெண்கள் கூடுமிடத்திற்கு விடலைப் பையன்கள் வராமலிருப் பார்களா? தங்கள் திறமையைப்பறைசாற்ற வீரவிளையாட்டுகளில் ஈடுபடுவர்.

காவிரிக்கிளையாற்றின் அருகே எங்கள் வீடு. அக்காலத்தில் இளம் பிராயத்தினரின் கேளிக்கைக்கும் பொழுது போக்குக்கும் ஒரே ஆடுகளம் ஆறுதான். நீச்சல் இங்குபோல் பாதுகாப்பான சூழ்நிலையில் கற்றுக் கொண்டோமா என்ன?

ஆண்பெண் அனைவருக்கும் நீச்சல் அத்துப்படி. சிறுவய-
தில், ஆற்றின் போக்கிலேயே காலால் தம்பட்டம் அடித்து
செல்வது: பின்னர் கரையேறி நடந்து புறப்பட்ட படித்து-
றைக்கே வந்து, மீண்டும் குதித்து அலுக்காமல் ஆற்றின்
போக்கிலேயே செல்வது: இப்படித்தான் அங்கு நீச்சல் கற்-
றுக் கொண்டோம். சமீப காலத்தில் காவிரியின் வறண்ட
நாளங்கள் அடிவயிற்றைப்பிசைவது போல் வலியை ஏற்ப-
டுத்துகின்றன.

'வான்பொய்த்தாலும் தான் பொய்யாக்காவேரி ' என்ற
எண்ணத்தில் மமதையுடன் இருந்தனர் எங்கள் பகுதி மக்-
கள். நிலமகளும் வஞ்சனையின்றி வாரிவழங்கி மகிழ்வாள்.
மனிதர்கள்தான் தவறு செய்வார்கள்: இப்போதெல்லாம்
இயற்கையும் சேர்ந்தல்லவா சதிசெய்கிறது

அப்பா சொன்னதுபோல் பொங்கல் முடிந்து இரண்டு-
நாட்களில் வந்தார். விடியற்காலை வந்தவர் சற்று ஓய்வு
எடுத்தபின்னர், குளித்து முடித்து சாமி கும்பிட்டுவிட்டு,
மேசையின்முன் அமர்ந்தார். "பொன்னி! உங்கம்மா காவேரி
கொடுத்தனுப்பிய காய்கறிகள், பழங்கள், தின்பண் டங்க-
ளெல்லாம் அந்த சாக்கு மூட்டையில் இருக்கிறது: வீணாக்-
காமல் பத்திரமாக எடுத்துவை". என்றார். "ஆகட்டும்
அப்பா!' என்றேன். சிற்றுண்டி பரிமாற ஆரம்பித்தேன்.
"ஏம்மா பொன்னி! மாப்பிள்ளை சாப்பிடவில்லையா?
சுவேதா எழுந்திரிக்க வில்லையா? இன்று பள்ளி உண்டு-
தானே?" என்று கேட்டார். "உங்கள் மாப்பிள்ளை இரவு
பன்னிரண்டுமணிக்குத்தான் வேலைமுடிந்து வந்தார். 'இப்படி
பெருநிறுவனங்களில் குப்பைகொட்டு வதற்கு பதில், நம்
பரம்பரை விவசாயமே மேல் 'என்று முன்னர் சொல்லிக்-
கொண்டிருந்தார். இப்போது சொல்வதில்லை. காரணம் உங்-
களுக்கே தெரியும். சுவேதா எழுந்தவுடன் பரபரவென்று
பறப்பாள். நீங்கள் சாப்பிடுங்கள். ரயிலில் கண்விழித்து வந்-
திருப்பீர்கள்" என்றேன். "தூங்கிக்கொண்டுதான் வந்தேன்.
வந்தவிஷயத்தைக் கேட்கவில்லையே! நம் கூட்டாளி

களெல்லாம் நாளை பஸ் ஏற்பாடு செய்துகொண்டு வருகி-றார்கள். உங்களை எல்லாம் பார்த்து பலநாட்களாயிற்றே-யென்று, நான்மட்டும் முன்னதாகக்கிளம்பி வந்தேன்"

"அப்படி பஸ் ஏற்பாடுசெய்துவந்து இங்கு என்ன செய்-யப்போகிறீர்கள்?"

"என்னம்மா நீ? பேப்பரில் பார்க்கவில்லையா? எங்கள் அமைப்பு காவிரிப்பிரச்சினைக்காக நடத்தும் பன்னிரண்டா-வது போராட்டம் இது."

இன்னும் இரண்டு இட்டிலிகளை வைத்துக்கொண்டே, "ஏனப்பா? இந்தப்போராட்டங்களினால் தண்ணீர் திறந்துவி-டுவார்களா, என்ன?" என்று கேட்டேன்.

"அவர்கள்தான் மசியமாட்டேனென்கிறார்களே! உற்பத்-தியாகுமிடம் அவர்கள் மாநிலத்திலிருக்கிறது. அவர்கள் மனசுவைத்தால்தான் உண்டு என்று நடந்துகொள்கிறார்கள்".

நான் சிரித்துக்கொண்டே, "அப்பா! நானொன்று கேட்-டால் கோபித்துக் கொள்ளமாட்டீர்களே! நீங்களும், சிறிய அளவில், இதையேதானே செய்தீர்கள். நம் வயலுக்கு கிழக்-கேயும் தெற்கேயும் இருந்த நிலங்களுக்கு தண்ணீர்விடாமல், என்னென்ன செய்வீர்கள் என்று எனக்குத்தெரியாதா என்ன? இரவோடிரவாக வரப்பை வெட்டிவிடுவதும், அடைப்பதும், மடையை மாற்றிவிடுவதுமாக உங்கள் பண்ணையாட்கள் தான் தயாராக இருப்பார்களே! நம்மூர் சிறியவிவசாயிகளுக்-கும் தண்ணீரைப் பகிர்ந்தளிப்போம் என்ற பெருந்தன்மை உங்களிடம் இருந்ததா? தான் முழுவதும் பயன்படுத்திக்-கொள்வோம், மீதமிருந்தால் அவர்களுக்கும் கொடுப்போம் என்ற சுயநலம்தானே அதற்குக்காரணம். தண்ணீர் தகரா-றில், உங்கள் ஒன்றுவிட்ட தம்பியின் கையையே வெட்-டியவ ராயிற்றே நீங்கள்! இன்னும் அவரது வலதுகை வளைந்து எல்லா வேலைகளுக்கும் பயன்படுத்த முடியாமல்-தானே இருக்கிறது".

"நீ என்னம்மா! குடும்பச்சண்டையோடு போராட்டத்தை ஒப்பிட்டு பேசுகிறாய்! அதுவேறு:இதுவேறு"

"இல்லையப்பா! அதேமனப்போக்கின் சிறிய அளவிலான வெளிப்பாடு தான் உங்களுடையது".

"என்னம்மா? அப்பாவைவிட அதிகம் படித்துவிட்டோம் என்று பேசுகிறாயா?!"

"அதிகம் எங்கேயப்பா என்னை படிக்கவைத்தீர்கள்? நான் படித்த பன்னிரண்டாவது வகுப்பு இங்கு மிகக்குறைந்த படிப்பு. தங்கள் ஆதிக்கத்தை நிலைநாட்ட எல்லோருடனும் சண்டைபோட்டு, எவனாவது என்னை வைத்து உங்களைப்-பழிவாங்கிவிடுவானோ என்று நினைத்து, என்னை பக்கத்து நகரத்திலிருந்த கல்லூரிக்கு அனுப்பவில்லை".

"உச்சநீதிமன்றம் உத்தரவிட்டும், அதை கடைபிடிக்காத-வர்களை ஆதரிக்கிறாயா?"

"நான் ஒன்றும் அவர்கள் செயலை நியாயப்படுத்த-வில்லை. அவர்கள் செய்வது அடாவடித்தனம்தான். அப்பா! நீங்கள் ஒருமுறை என்னை 'காந்தி' திரைப்படத்திற்கு அழைத்துச்சென்றது ஞாபகமிருக்கிறதா? அதில் ஒரு காட்சி. காந்தி சட்டப்படி தப்பு செய்திருப்பதாகவும், கோர்ட்டார்முன் ஆஜர்படுத்துவதற்காகவும், கூண்டிற்கு அழைத்து வருவார்-கள். தள்ளாமையின் பிடியில் காந்தி மெதுவாக நடந்து வரு-வார். நீதிபதி தன் இருக்கையை விட்டு எழுந்து அவரை வணங்கிவிட்டு அமர்வார். அந்த காட்சியைப் பார்த்தபோது, எனக்கு அழுகையே வந்துவிட்டது. உண்மைக்கும், நேர்-மைக்கும் நீதியே தலைவணங்கும் என்பதற்கு சாட்சிதானே அது. அது என்ன கற்பனையா? உண்மைச் சம்பவம்தானே!. காந்திக்கு இருந்த பண்புகளில் நூற்றில் ஒரு பங்காவது இப்-போதுள்ள தலைவர்களுக்கு இருக்கிறதா?"

"பொன்னி! நீ ஏன் பழம்பஞ்சாங்கம்போல், அந்தகாலக்-கதையைப்பேசிக் கொண்டிருக்கிறாய்? நிகழ்கால அரசியல் உனக்குப்புரியாது"

" கோடிகோடியாய் கொள்ளையடிப்பதற்கு ஆட்சியைப் பிடிக்கணும். அதற்கு கட்சியை உருவாக்கணும்:பராமரிக்க-ணும். மக்களை உணர்ச்சி பூர்வமாய் ஈடுபடவைக்க வெற்-

றுகோஷங்கள் போடணும். ஓட்டுபோட வைக்க அவர்க-
ளுக்கு பணம் கொடுக்கணும். வெற்றிபெற்ற பின் திரும்ப
வும் கொள்ளையடிக்கணும். இதுதானே இன்றைய அரசி-
யல்''. அடி மனதிலிருந்த கோபம் படபடவென்று பொரிந்து
தள்ள வைத்தது.

சமயத்திற்கேற்றாற்போல தொலைக்காட்சியில், ஒருவர்
பாரதியார் பாடலைப் பாடிக் கொண்டிருந்தார்.

"நெஞ்சில் உரமுமின்றி,
நேர்மைத்திறமுமின்றி,
வஞ்சனை சொல்வாரடி,
கிளியே! வாய்ச்சொல்லில் வீரரடி''

எப்போதாவது இதுபோன்ற பாடல்களையும் ஒளிபரப்பு-
வார்கள். அப்பா பாட்டு முடியும்வரை கேட்டுக்கொண்டி-
ருந்தார்: அவர் கண்களில் நீர் துளிர்த்ததைக்கவனித்தேன்.
பின்னர் அவரே தொடர்ந்தார்.

"ஜனநாயக அரசியல் பரிணாம வளர்ச்சியில், இதெல்-
லாம் தவிர்க்க முடியாதம்மா!''

"தப்பு செய்பவர்களைத்தட்டிக்கேட்கக்கூடிய தைரியம்
இப்போது எல்லோருக்கும் இருக்கிறதா? அறம் கூற்றாகும்
என்று தெரிந்தும், தப்புமேல் தப்பாய் செய்துகொண்டிருக்கி-
றார்கள். தட்டிக்கேட்கக்கூடிய தார்மீக உரிமை ஒருவருக்கும்
இல்லை''.

"தார்மீகநெறி எனக்கும் இல்லையென்கிறாய்! திருக்குற-
ளையும், பாரதிபாடல்களையும் படித்து படித்து நன்கு பேச-
வும், சிந்திக்கவும் கற்றுக் கொண்டிருக்கிறாய், மகளே! நான்
என்ன செய்யவேண்டும் என்று சொல்''.

"சுவேதா எழுந்துவிட்டாள். நீங்கள் பேத்தியுடன் விளை-
யாடிக் கொண்டிருங்கள். நான் அவருக்குக்காபி கொடுத்து
விட்டு வருகிறேன்'' என்று சமையலறைக்குள் சென்றேன்.
காபி குடித்துவிட்டு அப்பாவிடம் பேசிக்கொண்டிருந்தார்
அவர். பின்னர் சிற்றுண்டியை முடித்துக் கொண்டு அலுவல-
கத்திற்குக் கிளம்பிச்சென்றார். நான் எல்லா வேலை களை-

யும் முடித்துவிட்டு அறையில் சென்று பார்த்தபோது, . அப்பா கண்களை மூடிக்கொண்டு புரண்டு புரண்டு படுத்-தார். தூங்குகிறாரா என்று தெரியவில்லை. ஒரே பெண் என்பதால், என்மீது பாசத்தைக் கொட்டி மிகவும் செல்-லமாகத்தான் வளர்த்தார். என் மீது உயிரையே வைத்-திருக்கிறார். அப்பா எனக்கு நல்லவர்தான். இருந்தாலும் பரம்பரையாக ரத்தத்தில் ஊறிப்போன ஆதிக்கசாதி என்ற திமிர், ஊரிலேயே பெரிய பணக்காரகுடும்பம் என்ற கர்வம்: தன்னை நம்பி பலகுடும்பங்கள் பிழைக்கின்றன என்ற தற்-பெருமை, தேர்தலில் நின்றால் பெரும்பான்மை தன்பக்கம் என்ற ஆணவம், தன்னை எதிர்த்துப் பேச ஊரில் யாரு-மில்லை என்ற அகம்பாவம்: இவற்றின் மொத்த உருவமா-கத்தான் இன்னும் இருக்கிறார். மூன்றுமணியளவில் எழுந்-தார். காலையிலேயே நிறைய சாப்பிட்டுவிட்டதால் ஒன்றும் வேண்டாம் என்றார். காபி மட்டும் போட்டுக் கொடுத்தேன். நான் ஒன்றும் பேசா த போது, அவரே ஆரம்பித்தார்.

“பொன்னி! எப்பொழுதோ படித்தகதை நினைவுக்கு வரு-கிறது . ‘என் பையன் நிறைய இனிப்பு சாப்பிடுகிறான்: நீங்-கள்தான் அவனுக்கு அறிவுரைகூறவேண்டும்’ என்று ஒரு அம்மா, முனிவரிடம் வேண்டிக் கொண்டாள். ஒருவாரம் கழித்து வரப்பணித்தார் முனிவர். அப்படியே அவர்கள் வந்-தபோது, முனிவர் பையனுக்கு எளிய அறிவுரை வழங்கி-னார். அம்மாவுக்கு ஒரு சந்தேகம். இதை சென்றவாரமே சொல்லியிருக்கலாமே என்று. கேட்டாள்.. முனிவர் சொன்-னார், ‘சென்ற வாரம்வரை நானே நிறைய இனிப்பு சாப்பிட்-டுக் கொண்டிருந்தேன். அப்போது அறிவுரைவழங்க எனக்-குத்தகுதியில்லா மலிருந்தது. இப்போது நான் இனிப்பு சாப்-பிடுவதைக்குறைத்துக்கொண்டி ருக்கிறேன். இனிப்பு அதிகம் சாப்பிடக்கூடாது என்று அறிவுரைவழங்க இப்போது எனக்கு முழுத்தகுதி இருக்கிறது: அதனால் அப்படிச் சொன்னேன்” என்றாராம். காலையில் நீ சொல்லியதெல்லாம் நூற்றுக்கு நூறு உண்மையம்மா!

நான் நேர்மையாக இல்லாமல் மற்றவர்களை நேர்மையாக இருக்க வற்புறுத்த எனக்கு என்ன தகுதி இருக்கிறது? என்னிடம் ஆயிரம் குற்றங்களை வைத்துக்கொண்டு பிறர் குற்றங்களைப் பற்றிப்பேச எனக்கு அருகதை இல்லவேயில்லை.. எல்லோரும்தான் தப்பு செய்கிறார்கள் என்று ஒவ்வொருவரும் சொல்லிக்கொண்டேயிருந்தால், அந்த தீயவட்டத்தி லிருந்து வெளிவருவது எப்படி? அகங்காரத்தால் செய்த தப்புகளுக்கு பிராயச்சித்தம் தேடி, பரிகாரத்தை மனப்பூர்வமாக செய்து விட்டு, தார்மிக தகுதியை வளர்த்துக்கொண்டு, பொதுவாழ்க்கை யில் கம்பீரமாக இறங்கவேண்டும் நான் இன்று மாலை ரயிலுக்கே ஊருக்குக் கிளம்புகிறேன். வாழ்க்கை முழுவதும் பணம்காசு, பதவி, அதிகாரம், செல்வாக்கு என்று ஓடிக்கொண்டே இருக்கிறோமே! ஆசைப்படுவதில் தவறில்லை. ஆனால் அதனைப்பெறுவதற்கான வழி அறத்தின்பாற்பட்டதா என்று யோசிக்கிறோமா? உன்னைப்போல் சிந்திக்கும் அடுத்த தலைமுறையினரைப்பார்க்கும்போது எதிர்காலத்தின் மீது மிகுந்த நம்பிக்கை ஏற்படுகிறதம்மா! சரி. நான் கிளம்புகிறேன்” என்று தீர்க்கமுடன் புறப்பட்டார் அப்பா. .அவரை மனநிறைவுடன் வழியனுப்பிவைத்தேன்.

சரி, நிகழ்காலத்திற்கு வருவோம். காவிரி நதிநீர் பங்கீடு வழக்கில், உச்சநீதிமன்ற இறுதித்தீர்ப்பும் வந்துவிட்டது. காவிரி மேலாண்மை ஆணையமும், ஒழுங்காற்றுக்குழுவும் அமைக்கப்பட்டுவிட்டன. ஒவ்வொரு படி முன்னேற்றத்திலும், நம் பக்கத்தில் வெற்றிவிழாவும், அவர்கள் பக்கத்தில் கண்டனமும் வாடிக்கையாகிவிட்டது. ஒருசொட்டு நீரைக்கூட திறக்கமாட்டோமென்பதும்,நீர்ப்பிடிப்புப்பகுதியில் நல்ல மழை பெய்து அணைகள் நிரம்பி உடையும் அபாயம் ஏற்பட்டதும், நம் கோரிக்கையை ஏற்று நீரைத்திறந்து விடுகிறோமென்பதும், கொஞ்ச மாவது அறிவுபூர்வமாக இருக்கிறதா? மிகைநீரை வெளியேற்றியே தீரவேண்டுமெனும்போது, அணைகளில் ஆடம்பரமாக பூஜை போட்டு விளம்பரப்படுத்தி திறந்-

துவைப்பதும், அதே நடவடிக்கைகளை இங்கும் பின்பற்றுவதும், அவர்களின் சாதனைப்பட்டியலை முன்னிலைப் படுத்தும் அரசியல் கணக்கு. பல்வேறு மட்டத்தில் அரசியல் கணக்கு களில் பாழாய்ப்போவது விவசாயிகளின் வாழ்வு. போகிறபோக்கைப் பார்த்தால், தென்மேற்குப் பருவக்காற்று அவர்கள் தடுத்துவைக்காத தால்தான் நம் பக்கம் வீசுகிறது என்பார்கள்: நாமும் அமைதியாகக் கேட்டு ரசித்துக்கொண்டிருப்போம்.

சுவேதா தாத்தா எப்போது வருகிறார் என்று கேட்டுக்கொண்டி ருந்தாள். இடையில் இருமுறை உறவினர்கள் வீட்டு திருமண வைபவத்தில் கலந்துகொள்ள கிராமத்திற்குச்சென்றோம். வேலை நாட்களாக இருந்ததால் அங்கு தங்கமுடியவில்லை. அப்பாவிடமும் பேச நேரமில்லை. நான் இதுவரை பார்த்திராத அப்பா என்று அம்மா சொன்னது, என் ஆவலை அதிகரித்தது. எல்லோரிடமும் மிகவும் தாராளமாகவும் கனிவுடனும் நடந்து கொள்கிறாராம். நிறைய பொதுக் காரியங்களை தன் சொந்தச்செலவிலேயே நிறைவேற்றுகிறாராம். ஊர்மக்கள் கொண்டாடும் அளவிற்கு மதிப்பில் உயர்ந்து விட்டார் எனும்போது பெருமையாக இருந்தது. பாதிக்கப்பட்டஎன் சித்தப்பா வுக்கு உதவிகள், அவர் குழந்தைகள் படிப்புச் செலவு, எல்லாவற்றையும், இவரே ஏற்றுக் கொண்டுள்ளாராம். நேரில் வரும்போது முழுவதையும் கேட்டுக்கொள்ளலாம். உண்மை, நேர்மை, நியாயம், அறம் பற்றிய நம்பிக்கை தூண்டப்பட அப்பா சென்றமுறை இங்கு வந்தபோது ஏதோ ஒன்று தீப்பொறியாக பற்றிக்கொண்டது. உடனே தன்னை நெறிப் படுத்திக்கொண் டுவிட்டார்.

அப்பா திருந்திவிட்டார்!

அரசியல்வாதிகள்?

9. மக்கள் நேர்மையானவர்களா?

ஒருநாள் அக்பர் தனது அரசவையில் கூடியிருந்தவர்களி-
டம், "எனது அரசாட்சியில் மக்கள் நேர்மைக்கு எடுத்துக்-
காட்டாக வாழ்வது எனக்கு மிகுந்த மகிழ்ச்சியை அளிக்கி-
றது. இது பற்றி உங்கள் கருத்து என்ன?" என்று கேட்டார்.

உடனே சபையிலிருந்த அனைவரும் "ஆம் அரசே...
உங்கள் பொன்னான ஆட்சியில் அனைவரும் நேர்மையைக்
கடைபிடிக்கின்றனர். இதை யாரும் மறுக்கவே முடியாது."
என்றனர்.

ஆனால் பீர்பால் மட்டும் அமைதியாக இருப்பதைக்
கண்ட அக்பர், "ஏன் மவுனமாக இருக்கிறாய் பீர்பால்...மக்-
கள் நேர்மையாக இருப்பதைப் பற்றி உன் கருத்து என்ன?"
என்று கேட்டார். உடனே பீர்பால், "இதற்கு நான் பதி-
லளிக்க வேண்டுமென்றால், நீங்கள் ஒரு காரியம் செய்ய
வேண்டும் அரசே...மக்கள் அனைவருக்கும் நீங்கள்
விருந்து வைக்க வேண்டும். விருந்துக்கு வரும்போது ஒரு
குடத்தில் பால் கொண்டு வர வேண்டும் என்று உத்தரவிட
வேண்டும்," என அக்பரிடம் வேண்டுகோள் வைத்தார்.

பீர்பால் கேட்பதில் ஓர் உள்ளர்த்தம் இருப்பதை உணர்ந்து
கொண்ட அக்பர், உடனே விருந்து பற்றி பொதுமக்களிடம்
தெரிவிக்கும்படி உத்தரவிட்டார். தண்டோரா போட்டபடியே
அனைத்து வீதிகளுக்கும் சென்ற அரசவை அறிவிப்பாளர்,
"நமது பேரரசர் அனைவருக்கும் விருந்து வைக்கிறார்.
விருந்துக்கு வருவோர் கண்டிப்பாக ஒரு குடத்தில் பால்
கொண்டு வர வேண்டும். இது அரசு உத்தரவு, " என்று
உரத்த குரலில் அறிவித்தார்.

இதைக் கேட்டு குழப்பமுற்ற மக்களில் பலர், "அரசர்
விருந்தளிப்பது மிகுந்த மகிழ்ச்சிக்குய விஷயம் தான்.
ஆனால் குடத்தில் எதற்காக பால் கொண்டு செல்ல வேண்-
டும், " என்று ஒருவரை ஒருவர் கேட்டுக்கொண்டனர். அங்-
கிருந்த பெண்கள், "சரி ஒரு குடம் பால் தானே...கொண்டு

போய் என்ன நடக்கிறது என்று பார்ப்போம்" என்று குழப்-
பத்துடன் கூறிவிட்டு அங்கிருந்து நகர்ந்தனர்.

அரசர் அறிவித்த விருந்து நடைபெறும் நாள் வந்தது.
அக்பர், பீர்பால் உள்பட அரசவையில் முக்கியப் பதவிகளில்
இருப்போர் அனைவரும் கூடியிருந்தனர். பீர்பால் ஏற்பாட்-
டின் படி, திடலின் பிரதான வாசலில் மிகப் பெரிய பாத்திரம்
மூடி போட்டு வைக்கப்பட்டிருந்தது. மூடியில் பெரிய ஓட்டை
போடப்பட்டிருந்தது. பொதுமக்கள் அனைவரும் உத்தரவின்
படி தாங்கள் கொண்டுவந்த பாலை, மூடியிலிருந்த ஓட்டை
வழியாக பாத்திரத்தில் கொட்டி விட்டு வெறும் குடத்துடன்
திடலுக்குள் நுழைந்தனர். இதைப் பார்த்துக் கொண்டிருந்த
அக்பர், "நீ சொன்னபடி செய்தாகிவிட்டது பீர்பால். இவ்வ-
ளவு பாலையும் என்ன செய்யப் போகிறோம்?" என்று கேட்-
டார்.

உடனே பீர்பால் காவலர்களைப் பார்த்து, "பாத்திரத்தை
மன்னருக்கு அருகில் கொண்டு வாருங்கள்" என உத்தர-
விட்டார்.

பாத்திரம் அருகில் கொண்டுவரப்பட்டதும், அதன்
மூடியை அகற்றச் சொன்னார் பீர்பால். மூடி அகற்றப்பட்ட-
தும் பாத்திரத்தைப் பார்த்த மன்னர், அதில் வெறும் தண்-
ணீர் மட்டுமே இருப்பதைக் கண்டு அதிர்ச்சியில் உறைந்து
போனார்.

"பீர்பால்...என்ன இது, பால் இருக்க வேண்டிய பாத்தி-
ரத்தில் வெறும் தண்ணீர் உள்ளதே?" என அதிர்ச்சி மாறா-
மல் கேட்டார்.

ஆனால் இதை முன்பே எதிர்பார்த்தது போல நிதானமாக
பேசிய பீர்பால், "மக்களின் நேர்மை பற்றி என்னிடம் நீங்கள்
கேட்ட கேள்விக்கு இதுதான் பதில் அரசே! மற்றவர்கள் பால்
கொண்டு வரட்டும், நாம் தண்ணீர் கொண்டு போய் பாத்-
திரத்தில் கொட்டினால் யார் கண்டுபிடிக்க முடியும் என்று
ஒவ்வொருவரும் நினைத்துள்ளனர். எனவே தான் பாத்திரம்
முழுதும் தண்ணீர் உள்ளது. கூட இருப்பவர்களின் பேச்சைக்

கேட்டு எந்த முடிவுக்கும் வந்து விடக்கூடாது அரசே.." என்று சிரித்தபடியே கூறினார்.

பீர்பாலின் அறிவுக்கூர்மையை மெச்சிய அக்பர், அவரை ஆரத் தழுவிக்கொண்டார்.

10. நேர்மை..! - காரை ஆடலரசன்

என் பேரு குப்பணங்க. ஒரு ரிக்ஸா தொழிலாளி. இந்த தொயில்ல எல்லார்கிட்டயும் இருக்கும் குடி , குட்டி , தம்மு.... என்கிற எல்லா கெட்ட பயக்கங்களும் என்கிட்டேயும் இருக்குங்க . ஆனா நான் ஒரு நேர்மையானவங்க. என்ன ஆச்சரியப்படுறீங்களா...? சத்தியமா சொல்றேன் நான் நேர்மையானவங்க.

நேத்திற்குக் காலையிலிருந்தே சரியா சவாரி அமையலைங்க. ஒன்னு ரெண்டு கிடைச்சுது. சரியான சாவு கிராக்கிங்க. கிடைச்ச துட்டுகளை ஊட்டுக்குக் குடுத்து அனுப்பிச்சிட்டேன்.

மத்தியானம் நல்ல பசி கியிஞ்சி போன என் மேல் சட்டைப் பையைத் தடவிப் பார்த்த.... பிசாத்து ஒத்த ரூபா துட்டு தட்டுப்பட்டுச்சு நாஸ்த்தாவுக்குப் பத்தாதே. ! ஒரு பீடி வாங்கி நாலு வளி வளிச்சா பசி மரத்துப் போயிடும் என்கிறதுனால அதோ அந்த பங்க் கடையாண்ட போய் வரிசையா அடுக்கி வச்சிருக்கிற முட்டாய்ப் பாட்டுலுங்க மேலே அந்த ஒத்த ரூபா துட்ட வச்சி...

" பீடி... குடுங்கன்னேன். "

ரொம்ப மும்முரமா படிச்சிக்கிட்டிருந்த கடைக்காரரு ரெண்டு பீடியை எடுத்து பாட்டிலை மேல வச்சி காசை எடுத்து கல்லாவுல போட்டுட்டு... திரும்ப ஒரு ஒத்து ரூபா துட்ட எடுத்து பீடிக்குப் பக்கத்துல வச்சாரு .

ஒத்த ரூபா துட்ட ரெட்டை ரூபா துட்டா நெனைச்சி ஆள் மீதி காசை வச்சிருக்காரு என்கிறது எனக்குப் புரிஞ்சி போச்சி.

நான் மனா வச்சா... எதுவும் பேசாம அந்த காசை எடுத்து வந்திருக்கலாம். ஆனா... நான் அப்படி செய்யலை. அவருதான் ஏதோ நெனப்புல ஏமாந்து கொடுக்குறாருன்னா நாம ஏமாத்தலாமாங்க. ? !

அடுத்தவங்க காசு நமக்கெதுக்கு..? அவுங்களும் நம்மபளைப் போல உயக்கிற ஆள்தானே...! என்ன.... நான் கஷ்ட்டப்பட்டு ரிக்ஸா வலிச்சி சம்பாதிக்கிறேன். அவர் கடையில மொத்தமா காசைப் போட்டு நிழல்ல உட்கார்ந்து சம்பாதிக்கறாரு. அதுதானே வித்தியாசம்.

அதனால நான்.....

''இன்னா நயினா..! நாங் குடுத்தது ஒத்த ரூபா. நீ ரெண்டு ரூவான்னு நெனச்சி மீதி காசை வக்கிறே... ? '' கேட்டேன்.

ஆள் அப்படியே அதிர்ச்சி ஆயிட்டாரு.அவர் என்னை அதிசயமா பார்த்து....

'' ஏம்ப்பா...! அவனவன் அடுத்தவன் எப்ப ஏமாறுவான். நாம எப்படி ஏமாத்தலாம்ன்னு பார்த்துக்கிட்டு இருக்கான் நீ என்னடான்னா இவ்வளவு நேர்மையா இந்தக் காலத்துல இருக்கியே..! '' சொல்லி காசை எடுத்து கல்லாவுல போட்டுக்கிட்டாரு.

'' அட போ நயினா..! ஒயக்கிற காசு ஒட்டினாப்போதும்...! '' சொன்னேன்.

'' இந்த நெலமையிலும் நீ இவ்வளவு நேர்மையா இருக்கியே. சத்தியமா உன்னைப் பாராட்டணும்ப்பா. உன்னெ மாதிரி ஆளுங்க இருக்கிறதுனாலதான் நாட்டுல போனாப் போவுதுன்னு மழையே பேயுது. '' சொன்னார் .

'' இதெல்லாம் பெரிய வார்த்தை நயினா . உன்னை நான் ஏமாத்துனா என்னை எவனாவது ஏமாத்துவான்.'' கிளம்பினேன்.

'' நில்லு. உன் நேர்மைக்கு இந்தா இன்னொரு பீடி. '' — சொல்லி..... ஒன்னை எடுத்துப் பாட்டிலுங்க மேல வச்-

சாரு.''

'' வேணாம் நயினா அன்பளிப்பு , மரியாதை..! '' சொல்லி நான் திரும்பி பார்க்காம வந்துட்டேன்.

ஆனாலும்... அவர் பாராட்டு, மரியாதை... கேட்க, பார்க்க... மனசுக்கு ஒரு இதமா, கிளுகிளுப்பா கிறுகிறுப்பா இருக்கிறது சாத்தியமான உண்மைங்க.

அட..! அத்த உடு. இன்னிக்கு யாரு மொகத்தத்துல முயிச்சேனோ தெரியலஇன்னிக்க நிறைய்ய சவாரிங்க ஐநூறு ரூபாக்கு மேல கை மேல காசு கரீட்டா ராவு எட்டு-மணிக்கெல்லாம் வண்டி மொதலாளியாண்டா நூறை குடுத்-துட்டு வண்டியை வேகமா வலிச்சிக்குனு போய் டாஸ்மாக் கடையாண்ட நிறுத்தி ஒரு குவாட்டர் வாங்கி ஊத்திக்கிட்டு , அதுக்கு மேல ஒரு அவிச்ச முட்ட , ரெண்டு தோசை , ரெண்டு முட்ட பரோட்டா எல்லாத்தையும் பார்சல் வாங்கி கட்டி சீட்டுக்கு அடியிலப் போட்டுக்கிட்டு ரிக்ஸா மேல ஏறி உட்கார்ந்ததும் மனசு சந்தோசமா இருந்துச்சி இதுனால பாட்டு வேற புடுங்கிடுச்சி பாடிக்கிட்டே ஒரு அரை பர்லாங் வந்தா.. '' ரிக்ஸா..! ரிக்ஸ்சா...!''ன்னு யாரோ கூவுற மாதிரி இருந்துச்சி. நம்ல இல்ல வேற யாரையோன்னு நெனச்சி கண்டுக்காம வந்தா... ஒரு ஆளு இரைக்க இரைக்க பின்-னாலேயே தொங்கு தொங்குன்னு ஓடி வராரு. பாக்க மனசு சங்கடமா பூடுச்சு பிரேக் புடுச்சி... நான் ...'' இன்னா ? '' ங்குறதுக்குள்ள

'' ஏம்ப்பான்னாரு.உன்னைத்தானே...! '' ன்னாரு.

இந்நாடாது... பெரிய பேஜாராப் பூடுச்சி இன்னிக்காச்சும் நேரா நேரத்தோட ஊட்டுக்குப் போயி புள்ளைங்களோட கொஞ்சிட்டு பொஞ்சாதி கையால சோறு வாங்கி தின்னுட்டு நிம்மதியா படுக்கலாம்ன்னா... நெனைச்சி

'' இல்ல சாரு வண்டி சவாரிக்கு வராது ! '' சொன்-னேன்.

அவரு பாக்க பெரிய மனுசனா வயசு நாப்பத்தஞ்சுக்கு மேல இருக்கும். ஆளு தொந்தியும் தொப்பையுமா... ஓடி

வந்ததுல மேல் மூச்சி கீல் மூச்சி வாங்க கொஞ்சம் ஆசு-வாசப்படுத்திக்கிட்டு •••

" நானும் என் சம்சாரமும் ஒரு மணி நேரமா இங்க நின்னுக்கிட்டு இருக்கோம். ஒரு ஆட்டோ , டெம்போ , ரிக்ஸா , டாக்சி கூட வரல ரொம்ப இருட்டா வேற இருக்கு. மணி வேற ஒம்பதுக்கு மேல ஆகுது. நான் மட்-டும்மின்னா கூட நடந்து பூடுவேன். வயித்துல ஆபரேஷன் பண்ணின என் சம்சாரமும் கூட இருக்கிறதுனால அப்-புடி முடியாது. அதனால கொஞ்சம் தயவு பண்ணி••••" அந்த ஆளு கெஞ்சறதைப் பாக்க ரொம்ப பாவமா பூடுச்சு . நான் வரலேன்னு சொன்னா நிச்சயமா அயுதுடுவாரு போல இருந்துச்சி.

" சரி சார். எங்க போவணும்..? " கேட்டேன்.

" நேரு நகருப்பா•••"

' போற வயித்தான் !' ன்னு மனசுல நெனச்சிக்குனு ..

" சரி. குந்து. "

அவரு ஏறி உக்கார்ந்ததும் கொஞ்ச தூரத்துல இருக்கிற அவரு பொஞ்சாதியையும் ஏத்திக்கிட்டு வண்டிய வேகமா வலிச்சா••• மேடு பள்ளத்துல வண்டி தூக்கி தூக்கிப் போடுது . வேண்டா வெறுப்புல சவாரிய ஏத்திக்கிட்டு ' தண்ணிய' வேற அடிச்சிக்கிட்டு இந்தப் பய தடாம் பூடாம்ன்னு ஓட்-டுறானேன்னு சவாரி நெனச்சிதப்புடாதேன்னு கொஞ்சம் லெவலா மிதிச்சிக்கிட்டு•••அவுங்க ஊட்டாண்ட எறக்கி உட்டுப்புட்டு , காச வாங்கி கால் சட்டைப் பையில போட்-டுக்கிட்டு ஊட்டுக்கு வந்தா ஆயிடுச்சி.

குடிசையாண்ட வந்து வண்டிய நிப்பாட்டிட்டு வாங்கி வச்ச பார்சலை எடுக்க சீட்டை தூக்கினதும் என்னமோ ' பொத்து'ன்னு வியந்த சத்தம் கேட்டுச்சு. இருட்டுல ஒன்னும் தெரியல கால் சட்டைப் பையில கைய உட்டு தீப்பெட்டிய எடுத்து ஒரு குச்சியை எடுத்து தட்டிப் பாத்தா•••' பர்ஸு ' . அவரசமா எடுத்துப் பிரிச்சிப் பாத்தா••• உள்ளாற வெறும் ஐநூறு ரெண்டாயிரம் நோட்டுமாஇருக்கு. எனக்கு அப்புடியே

'ஷாக்' ஆயிடுச்சி ..

' யாரு உட்டுட்டுப் போயிருப்பா..? ' உடனே மண்டைக்குள்ள குடைச்சல்.

சாராயக் கடையில மீனு பார்சல வெக்கிறதுக்கு சீட்டைத் தூக்கினோம். அப்ப கவனிக்கல••• இந்த கடைசி சவாரிதான் பர்சை உட்டுட்டுப் போயிருக்கணும் ! புரிஞ்சிச்சி .

ஐயோ பாவம் ! முடியாத ஊட்டுக்காரிக்கு வைத்திய செலவுக்கு வெச்சிருப்பாரே .. பர்ஸு காணோம்முனு தெரிஞ்சதும் மனுசன் அதிர்ச்சியாகி துடிச்சிப் புடுவாரே. இன்னா செய்யிறது..? சரி கொண்டு போய் குடுத்துடுவோம் 'ன்னு தீர்மானம் பண்ணிக்கினு ரிக்ஸாவை த் திருப்பிக்கிட்டு வேகமா வேர்க்க விறுவிறுக்கப் போயி அவரு ஊட்டு காலிங் பெல்ல முடிச்சதும் கதவைத் தொறந்த அவருகிட்ட•••. " சாறு..! பர்ஸை ஊட்டுப்புட்டு வந்துட்டீங்களே..!" ன்னு சொல்லி பர்சை நான் நீட்டினதும் அவரு அவசரமா வாங்கிட்டதும்

சாரு ! சரியா இருக்கான்னு பாருங்க " ன்னு நான் சொன்னதும் அவரு பதற்றத்தோட எண்ணிப் பார்த்து•••.

" சரியா இருக்குன்னு !" ன்னு சொன்னவரு டக்குன்னு ஒரு ஐநூறு தாளை உருவி என் கையில திணிக்க••• " வேண்டாம் சாரு . பாவம் நீங்க இந்த ஐநூறு சம்பாதிக்க எவ்வளவு கஷ்டப்பட்டிருக்கீங்களோ. எனக்கு••• நான் ஓயக்கிற காசு உடம்புல ஒட்டினா போதும் சாரு ! "நான் திரும்பி நடக்க.. அவரு அப்புடியே திகைச்சுப் போய் என்னா நெனைச்சாரோ எம் பின்னாலேயே ஓடி வந்து எங் கையைப் புடிச்சி••• " தம்பி ! இந்தா ••• சத்தியமா இது எம் பணம் இல்ல இது தெரியாது. இவ்வளவு பணத்தைப் பார்த்ததும் கொஞ்சம் தடுமாறிட்டேன் . உன்னுடைய நேர்மையான செய்க அந்த தீர்க்கமான நேர்மையான பேச்சு இதையெல்லாம் கண்டதும் சாத்தியமா நான் நெதானப்பட்டுட்டேன். இவ்வளவு பெரிய வசதி இருந்தும் சலனப்பட்ட என்னை உன் நேர்மையால திருத்திட்டே இதைக் கொண்டு

போய் போலீஸ்ல குடுத்துடு . பணத்தைத் தொலைச்சவங்க புகார் கொடுக்கும்போது பணத்தை அவுங்க அவுங்ககிட்ட ஒப்படைச்சுடுவாங்க . தைரியமாய் போ ” சொல்லி ஒரு கூனிக் குறுகி வீட்டுக்குள்ள போய்ட்டாரு.

‘ அடப்பாவி ! ‘ நான் அப்புடியே ஷாக் ஆகிட்டேன் .

அவரு சொன்னபடியே நானும் போலீஸ்ஒப்பாரிச்சிட்டேன்.

ஏங்க•••... அவுங்க.. தொலைச்ச ஆள்கிட்ட கொடுத்துடுவாங்கதானே..!

0

‘சுமார் பத்து வருடங்களுக்குப் பிறகு கூடப் பிறந்தவளைச் சந்திக்கப் போகிறோம் !’ என்கிற நினைப்பே துடிப்பாக இருந்தது சுகந்திக்கு.

தன்னிடமுள்ள மஞ்சள் துணிப்பை இறுக்கிப் பிடித்துக் கொண்டு பேருந்து ஏறினாள்.

ஊர் பேரைச் சொல்லி டிக்கட் எடுத்து அமர்ந்ததுமே அக்கா ஊரை அடைந்து விட்ட திருப்தி. இனம்புரியாத மகிழ்ச்சி. அப்படியே சன்னல் ஓர இருக்கையில் நன்றாக சாய்ந்து வெளியே வேடிக்கைப் பார்த்தாள். கட்டிடங்கள், மண், மரங்கள் என்று எல்லாமே பேருந்துவிற்குப் பின் ஓடி மறைந்தது. அப்படியே இவளுக்குள் அக்காளின் நினைவும் ஓடியது.

ஜானகி ஐந்து வயது மூத்தவளென்றாலும் தங்கை மீது அவளுக்கு அதிக பாசம். சிறுபிள்ளையாக இருக்கும் போது தூக்கி வைத்துக் கொஞ்சுவாள். வளர வளர தோழியானாள். அவளுக்கு ஒன்றென்றால் துடித்தாள். இவளும் அப்படித்தான். அம்மா — அப்பா கூட பெண் பிள்ளைகள் மீது பாசமாகத்தானிருந்தார்கள்.

கெடுத்தது காதல்.! படித்து வேலைக்குப் போய் ஏற்பட்டது. அலுவலக விசயமாக வெளியூர் செல்;கிறேன் என்று

சொல்லிச் சென்றவளிடமிருந்து அடுத்த நாளே கடிதம் வந்தது.

'அன்பு... அம்மா, அப்பா. இந்த கடிதம் உங்கள் கைக்குக் கிடைக்கும் முன்பே என் கழுத்தில் தாலி ஏறி இருக்கும்.

இது உங்கள் இருவருக்குமே எதிர்பாராத அதிர்ச்சி. அப்பாவை விட அம்மாவிற்கு அதிகம். காரணம், அம்மா தன் அண்ணன் மகன் சுரேசுக்கு என்னைக் கட்டி வைக்க ஆவல். அதனால்தான் அவருக்கென்றே என்னைச் சொல்லிச் சொல்லி வளர்த்தாள். அப்படிச் சொல்லச்; சொல்ல எனக்கு சுரேஷ் மீது ஆசையோ காதலோ வரவில்லை. மாறாக வெறுப்புதான் வந்தது. வளர வளர அந்த வெறுப்பு தீவிரமாகி...'பெற்றவர்கள் கைகாட்டிய பிள்ளையைத்தான் பெண் முடிக்க வேண்டுமா, தனக்கென்று மனம் கிடையாதா. பெற்றதாலும் வளர்த்ததாலும் பெற்றவர்கள் விருப்பு வெறுப்பிற்கு ஆளாகுவது எப்படி சரி. தவறு!' என்று எண்ணம் தீவிரமாகி விட்டது. விளைவு?.... எனக்குப் பிடித்தவரைத் தேடி தேர்ந்தெடுத்துக் கொண்டேன்.

அம்மா! என் காதல் திருமணம் உன் ஆசீர்வாதத்தால் அரங்கத்தில் நிறைவேறாது என்பது திண்ணம். அப்பா உன் கைப்பாவை. அவ1ரைச் சொல்லிக் குற்றமில்லை. அவர் அப்படியே வாழ்ந்தவர், வளர்ந்தவர். அப்படி இருக்கையில் உங்களோடு எதற்கு மல்லுக்கட்ட.? அதனால் கிளம்பி விட்டேன்.

அம்மா! திருமணம் எப்படி முடிந்தாலும் வாழ்க்கை அவரவர் கையில். நான் நன்றாக வாழ்வேன். எனக்கு வாய்த்தவர் மிகவும் நல்லவர். நீ மனம் மாறினால் சேர்வோம். மனித மனத்தின் ஆத்திரம், ஆவேசத்தை உத்தேசித்து எங்கள் முகவரி, கைபேசி எண்கள் தங்களுக்குத் தேவை இல்லை. கொடுக்கவில்லை. வணக்கம்.' முடித்திருந்தாள்.

படித்து முடித்த அம்மா, அப்பா, சுகந்தி உள்பட உறைந்தார்கள்.

அம்மாவிற்கு•••.அண்ணன் அண்ணிக்கு என்ன சமாதானம் கூற•••.? என்று கூடுதல் இடி. அடுத்த நாளே அவர்கள் ஆவேசமாக நுழைந்தார்கள். அத்தைதான் கத்தினாள்.

"அந்த ஓடுகாலி எனக்கும் கடிதம் எழுதி இருக்காள். நான் காதலிச்சேன் கலியாணம் முடிச்சேன். என்னை மன்னிச்சிடுங்க. உங்க மனசுல என்னைப் பத்தி இருக்கும் மருமகள் ஆசையை விலக்கி உங்க பையனுக்கு நல்ல இடமாய் முடிங்க. எழுதி இருக்காள். இவள் எழுதினதால சின்ன வயசிலேர்ந்து இவதான் என் பொண்டாட்டின்னு மனசுல ஆசையை வளர்த்துக்கிட்டு வந்த என் பையன் மனசு மாறுமா ? அவ நல்லா இருப்பாளா? நாறிப்போவாள்." ஆவேசப்பட்டாள்.

"சுரேஷ் நிலைமை கஷ்டம். அவன் மனசுல அப்படி ஒரு ஆசை வளர்ந்ததுக்கு நாமும் காரணம், குற்றவாளி. பெத்தவங்களாய் எந்த முடிவும் எடுக்கக்கூடாது என்கிறது சரி." என்று நியாயத்தைக் கூட இவர்களால் சொல்ல முடியவில்லை.

கத்தி கலாட்டா செய்து ஒரு வழியாய் அவர்கள் அடங்கி உறவே வேண்டாமென்று போனார்கள்.

இவர்களும் சுகந்திக்கு நல்ல இடமாகப் பார்த்து முடித்து•••..முடிந்தார்கள்.

ஜானகி சென்றதிலிருந்து, 'அக்கா எங்கு, எப்படி இருக்கிறாளோ!' என்று உள்ளுக்குள் உறுத்தல் வருத்தமாய் இருந்த சுகந்திக்கு ஒரு நாள் தோழியிடமிருந்து திடீர் கைபேசி அழைப்பு.

உன் அக்காள் இன்ன இடத்தில் இப்படி இருக்கிறாள். அவளுக்குப் பத்து ஆறு வயதில் இரு ஆண் குழந்தைகள். விருப்பமிருந்தாள் பார். சொன்னாள்.

இதோ இவள் பயணம்.

மூன்று மணி நேர பயணத்திற்குப் பின் ஆட்டோ ஏறி•••. விலாசத்தை அடைந்து அழைப்பு மணி அழுத்தினாள் சுகந்தி.

திறந்த சிவக்குமாருக்குத் தடுமாற்றம்.

"நீ...நீங்க......"

"ஜானகி கூடப்பிறந்த தங்கை சுகந்தி.!"

அவ்வளவுதான். "ஜானகீ......." அவன் இருந்த இடத்-
திலிருந்தே கூவினான்.

கணவன் குரல் கேட்டு வந்தவளுக்குத் தங்கையைப்
பார்த்ததும் நிலைமை உண்மையா பொய்யா ? அதிர்ச்சி.

"சுகு.... " ஓடிப்போய் கட்டிப் பிடித்து விம்மினாள்.
அடுத்த விநாடி இழந்த உறவை இருவருமே கண்ணீரால்
கழுவி சுத்தப்படுத்தி தெளிந்தார்கள்.

அரை நாள் பேசோ பேசென்று பேசி குடும்ப விபரங்க-
ளைப் பகிர்ந்து கொண்டார்கள்.

கடைசியாகத்தான், "கையிலென்ன மஞ்சள் பை ?"
ஜானகி கேட்டாள்.

"உனக்குச் சேர வேண்டிய பணம்."

"புரியலை.?!"

"உன்னைப் பத்தினக் கலவரம் முடிஞ்சும் அம்மாவுக்கு
ஆத்திரம் அடங்கலை. அப்பாவை இழுத்துப் போய் 'அந்த
ஓடுகால் நாய்க்கு ஒரு பைசா கூடாது!' ன்னு ரெண்டு பேர்
மொத்த சொத்தையும் என் பேர்ல எழுதி வைச்சாங்க. என்-
கிட்டேயும் 'அக்காள் உறவு கூடாது. திரும்பி வந்தா பைசா-
கொடுக்கக் கூடாது!' ன்னு கண்டிச்ச பிறகுதான் கொஞ்சம்
மட்டுப்பட்டது. கண் ;மூடினாங்க."

"அக்கா ! மனுசாள்குள்ளே உறவுதான் முக்கியம். ஆத்-
திரம் ஆவேசமெல்லாம் அற்பம். நாட்டுல எது நடக்கலை.?!
மனுச வாழ்க்கையில நடந்ததுதான் திருப்பித் திருப்பி நடந்-
துக்கிட்டே இருக்கு. எதையும் சிறிசா எடுத்து தூசாய்த் தூக்-
கிப் போட்டு அடுத்த வேலையைப் பார்த்தால் நாட்டுல
அநாவசிய கொலை, தற்கொலையெல்லாம் இருக்காது. என்
புருசனுக்கும் என் மனசு. ஆயிரத்தான் இருந்தாலும் அடுத்-
தவங்க சொத்து நமக்கு வேணாம். பாதியைக் கொடுத்-
துடுன்னு சொன்னாரு. இந்தா பத்து லட்சத்துக்கான

காசோலை. வீட்டையும் சொத்தையும் பாதியாய் எழுதனும். எப்போ அத்தானோட வர்றே ? " பையிலிருந்து காசோலையை நீட்டி கேட்டாள்.

ஜானகி ஒரு நிமிடம் யோசித்து, "என்னங்க .... !" அடுத்த அறையிலிருந்த கணவனை அழைத்தாள்.

"நமக்கு வேணாம். அது உன் தங்கச்சிக்கே நாம பரிசாய்க் கொடுத்ததாய் இருக்கட்டும்!" வந்துகொண்டே சொன்னான் சிவக்குமார்.

"ஆமாம். இதைத்தான் நான் சொல்ல அழைச்சேன். அவரே சொல்லிட்டார்." சொன்னாள். ஜானகி.

"இல்லேக்கா. இது சரி இல்லே. எனக்குத் திருப்தியும் இல்லே. நானும் நல்லா இருக்கேன். இதை திருப்பி எடுத்துப் போனா அவர் திட்டுவார்." சொன்னாள்.

'என்ன மனம் !' தம்பதிகள் மனதில் சுகந்தியும் அவள் கணவனும் உயர...ஜானகி கை நீட்டி காசோலையைப் பெற.....சுகந்தி முகத்தில் மலர்ச்சி.

11. என் நேர்மைக்கு இது தான் பரிசா...

- ஜெ.சங்கரன்

'தாய் மாமன்' உறவு விட்டுப் போகக் கூடாது என்று என் அம்மா அவள் தாய் மாமன் வேலுவை கல்யாணம் பண்ணிக் கொண்டாள்.

என் அப்பா ஒரு 'பில்டிங் கன்ட்ராக்டாரிடம்' ஒரு 'மேசன்' வேலைப் பார்த்து வந்தார்.என் அப்பா நான் பிறக்கும் வரை ரொம்ப ஒழுக்கம் உள்ளவாரகத் தான் இருந்தாராம்.அவருடைய அம்மாவும் அப்பாவும் விஷ காய்ச்சல் வந்து ஒரே நாளில் இறந்துப் போன துக்கம் தாங்காமல் அவர்கள் 'காரியம்' பண்ண பணம் போதாமல் அவருடைய நண்பர்கள் இடம் கடன் வாங்கி அம்மா அப்பா காரியத்தை செய்து முடித்தாராம்.

அவருக்கு வரும் சம்பளம் குறைவாக இருந்ததா-லும்,வீட்டு செலவு அதிகமாக இருந்ததாலும் அந்த கடனை அவரால் சா¢யாக அடைக்க முடியவில்லை.அவர் படும் கஷ்டத்தைப் பார்த்து என் அம்மா நான்கு வீடுகளில் வேலைக்குப் போய் கொஞ்சம் பணம் சம்பாதித்து வந்து அப்பாவுக்கு உதவியாக இருந்து வந்தாளாம்.என் அப்பா மாசம் பொறந்ததும் என் அம்மாவுக்கு சம்பளம் வந்ததும், அதை அப்படியே வாங்கிக் கொண்டு போய் விடுவா-ராம்.என் அம்மா கொடுக்க மறுத்தால் அவர் என் அம்மவை அடிப்பாராம்.அந்த அடிக்கு பயந்து என் அம்மா தனக்கு வந்த மொத்த சம்பளத்தை எல்லாம் கொடுத்து விடுவாளாம்.

அந்த மாதிரி என் அம்மா கொடுத்த பணத்தை என் அப்பா அவர் வாங்கின கடனை அடைக்காமல் குடிக்க ஆரம்பித்தாராம்.கூடவே வேலை செய்து வரும் இடத்தில் ஒரு 'சித்தாள் பொம்பளையோடு' ஒரு சின்ன வீடு வைத்துக் கொண்டு வந்தாராம்.

என் அம்மாவுக்கு என் அப்பா 'குடிக்கற' விவர-மும்,'சின்ன வீடு' சமாசாரம் தொ¢ந்த அன்றே, என் அம்மா,அவரை விட்டு விட்டு எங்க ஆயா வீட்டுக்கு வந்து விட்டாங்களாம்.என் அம்மா என் ஆயா வீட்டுக்கு வந்த பிறகு மறுபடியும் என் அப்பாவோடு 'வாழ்க்கையே' நடத்-தலையாம்.என்னை வைத்துக் கொண்டு தனியாக இருந்து வந்தாங்களாம்.

என் அம்மா தனக்கு வந்த சம்பாத்திய பணத்தில் எங்க ஆயா வீட்டுக்கு பக்கத்திலே ஒரு குடிசையை வாடகைக்கு எடுத்துக் கொண்டு என் அம்மா தனியாக வாழ்ந்து வந்தா-ளாம்.

எனக்கு ஐந்து வயது ஆகி கொஞ்சம் விவரம் தொ¢ய ஆரம்பிக்கும் போது,என் அம்மா மேலே சொன்ன அவங்க கதையை முழுக்க என் கிட்டே சொல்லி அழுதாள்.எனக்கு என் அப்பா முகமே ஞாபகம் இல்லே.

விஜயதசமி அன்று என் அம்மா அவங்க குடிசைக்கு பக்கத்திலே இருந்த ஒரு சின்ன பள்ளிக் கூடத்திலே,அவங்க கேட்ட பணத்தை கட்டி என்னை சேர்த்து படிக்க வைத்-தாள்.நானும் அந்தப் பள்ளிக் கூடத்திலே நன்றாக படித்து வந்தேன்.என் அம்மா நான் நன்றாகப் படித்து வருவதைப் பார்த்து மிகவும் சந்தோஷப் பட்டாள்.

என் அம்மா என்னைப் பார்த்து “சங்கர்,நீ நல்லா படிச்சு ஒரு நல்ல வேலைக்குப் போகனும்ன்னு நான் ரொம்ப ஆசைப் படறேன்.நீ எல்லா பாடங்களையும் கஷ்டப் பட்டு படிச்சு எல்லா ‘க்ளாசிலேயும்’ ‘பாஸ்’ பண்னனும் என்ன” என்று என்னைப் பார்த்து சொன்னாள்.நான் உடனே “அம்மா நீங்க கவலை யேப் படாதீங்க.நான் வாத்தியார் சொல்லிக் குடுக்கற எல்லா பாடங்களையும் நல்லா படிச்சு எல்லா ‘க்ளாஸ்’லேயும் நிச்சியமா பாஸ் பண்ணுவேன்.நீங்க வேணா பாருங்க”என்று சொல்லி என் அம்மாவை சந்தோஷப் படுத்தினேன்.என் அம்மாவும் மிகவும் சந்தோ-ஷப் பட்டாள்.

பணம் கட்டி படிக்கும் அந்தப் பள்ளீ கூடத்திலே எட்டா-வது ‘பாஸ்’ பண்ணினேன்.

அந்த வருட லீவின் போது எங்க வியாதியால் தவித்து வந்த என் ஆயாவும்,தாத்தாவும் அடுத்து அடுத்து இறந்துப் போனார்கள்.என் அம்மா அவள் சேர்த்து வைத்து இருந்த பணத்தில் இருவரையும் ‘அடக்கம்’ பண்ணி விட்டு வந்தாள்.

நிறைய வீடுகளில் மாடிப் படி ஏறி இறங்கி வேலை செய்து வந்த என் அம்மாவுக்கு இரண்டு கால் முட்டியும் மிகவும் வலிக்க ஆரம்பித்தது.அவள் ஒரு ‘ஆயுர்வேத டாக்டா¢டம்’தன் முட்டி வலியைக் காட்டி,உள்ளுக்கு மாத்-திரையும், முட்டிகளில் தடவிக் கொள்ள ஒரு களிம்பையும் வாங்கிக் கொண்டு வந்து, அந்த களிம்பை தன் முட்டிகளில் தடவிக் கொண்டு வந்து,சுடு தண்ணீரையும் விட்டு வந்தாள்.

என் அம்மா வீட்டில் இருந்த போது என்னைப் பார்த்து” சங்கர்,உனக்கு இந்த தை மாசம் வந்தா, பதிமூனு வயசு

முடிஞ்சு பதினாலு வயசு ஆரம்பிக்கப் போவுது.இந்த வயசிலே,உனக்கு 'எல்லா விவரமும்' கொஞ்ச கொஞ்சமா தொ¢ய வரும்.நீ வாழக்கையிலே நல்லா ஒழுக்கம் உள்ள பிள்ளையா வாழ்ந்து வரணும்.உங்க அப்பா மாதிரி இந்த 'குடிக்கு' எல்லாம் ஆசைப் படவே கூடாது.குடி குடியைக் கெடுக்கும்.ஒரு நாள் ராத்திரி உங்க அப்பா குடிச்சுட்டு வந்தார்.நான் அவர் கிட்டே'நீங்க குடிச்சுட்டு வந்து இருகிறதாலே, நான் உங்க கூட இருக்கப் போறது இல்லேன்னு சொன்னவுடன்,அவர் நீ போய்க்கோ,நீ இல்லேன்னா என்ன,நான் நிரந்தரமா என் சித்தாள் ராணீ கூட போய் இருந்துக்கறேன் னு' சொன்னப் போது தான்,எனக்கு அவருக்கு இன்னொரு 'பொம்பளே சகவாசம்' இருந்துன்னு தொ¢ய வந்திச்சு.உடனே நான் அவரே விட்டுட்டு எங்க அம்மா வீட்டுக்கு வந்துட்டேன்.அது போவட் டும் அது பழைய கதை" என்று சொல்லி விட்டு கொஞ்சம் தண்ணீரைக் குடித்தாள்.

பிறகு என்னைப் பார்த்து"ரெண்டாவதா உனக்குக் கல்யாண வயசு வந்ததும்,நான் உயிரோடு இருந்தா,உனக்கு ஒரு நல்ல பொண்ணாப் பாத்து கல்யாணம் கட்டி வக்கிறேன்.ஒரு வேளே நான்..." என் அம்மா சொல்லி முடிக்கவில்லை,நான் உடனே என் அம்மா வாயைப் பொத்தி " நீங்க மேலே ஒன்னும் சொல்லாதீங்க.நீங்க நிச்சியமா உயிரோடு ரொம்ப வருஷம் என்னுடன் இருந்து வந்து, எனக்கு ஒரு நல்ல பொண்ணாப் பாத்து கல்யாணம் கட்டி வப்பீங்க.இனிமே அந்த மாதிரி எல்லா பேசாதீங்க" என்று சொன்னேன்.

உடனே என் அம்மா "சா¢ சங்கர் நான்,அந்த மாதிரி எல்லாம் இனிமே பேசலே.நான் என்ன சொல்ல வந்தேன்னா,நீ வாழக்கையிலே, திருடறது,பொய் சொல்றது,குடிக்கறது,கல்யாணத்துக்கு முன்னாலேயும் சா¢,அப்பாலேயும் சா¢,வேறே எந்த 'பொம்பளே சகவாசமும்'இல்லாம,இருந்து வந்து, முறையா கல்யாணம் கட்டிக் கிட்டவ

கூடத் தான் வாழ்ந்து வரணும்.நீஎந்த வித கெட்ட பழக்கமும் இல்லாம ஒரு நல்ல குடி மகனா வாழ்ந்து வரணும்'' என்று சொன்னதும் உடனே நான் “அம்மா, நிச்சி யமா நீங்க ஆசைப் படறது நான் எந்த கெட்ட பழக்கமும் இல்லாம ஒரு நல்ல குடிமகனா வாழ்ந்து வருவேம்மா'' என்று சொன்-னதும் என் அம்மா மிகவும் சந்தோஷப் பட்டாள்.

வருடாந்திர லீவு முடிந்ததும்என்னை ஒன்பதாவது வகுப்பில் சேர்க்க என் அம்மாவிடம் போதிய பண வசதி இல்லை.என் அம்மா என்னைப் பார்த்து “சங்கர்,விலை வாசி ரொம்ப ஏறிக் கிடக்குது.நான் வேலே செஞ்சு வந்த ஒரு அம்மா அவங்க வீட்டைக் காலி பண்ணி கிட்டு, அவங்க பையன் கூட இருந்து வர அமொ¢க்கா போயிட்டாங்க.அந்த அம்மா எனக்கு கணீசமா மூவாயிரம் ரூபாய் சம்பளம் குடுத்துக் கிட்டு வந்தாங்க.அந்த பணம் இப்போ எனக்கு இல்லே.நம்ம குடிசைக்கு வாடகையை ஏத்தி விட்டாரு அந்த குடிசைக்கு சொந்தக்காரர். அதனால்லே நான் இந்த வருஷம் ஒரு கார்ப்பரேஷன் பள்ளீ கூடத்லே சேக்கறேன்.நீ அந்தப் பள்-ளிகூடத்லே படிச்சு வா'' என்று சொல்லி விட்டு என்னை ஒரு கார்ப்பரேஷன் பள்ளீகூடத்தில் சேர்த்தாள் என் அம்மா.

நான் அந்த பள்ளிகூடத்திகு போய் படித்துக் கொண்டு வந்தேன்.அந்த பள்ளீகூடத்தில் ஒரே வாத்தியார் ரெண்டு மூனு 'சப்ஜெக்ட் பாடங்களை சொல்லிக் கொடுத்தார்.எல்லா 'சப்ஜெக்ட் பாடமும் அரை குறையாகத் சொல்லிக் கொடுத்-தார்.மாணவர்கள் கேட்கும் எந்த சந்தேகங்களுக்கு சா¢யான பதிலும் சொல்லாமல் 'ஏனோ தானோ'என்று பதில் சொல்லி வந்தார்.

வருடாந்திர பரி¨க்ஷ¢ல் நான் ரொம்ப சுமாராகத்தான் மார்க் வாங்கி 'பாஸ்' பண்ணினேன்.

அந்த கார்ப்பரேஷன் நான் மெல்ல 'ப்லஸ் டூ பாஸ் பண்ணி முடித்தேன்.அது வரை என் அம்மா முடியாமல் வீட்டு வேலைக்குப் போய் வந்தாள்.

நான் 'ப்ளஸ் டூ பாஸ்' பண்ணி முடிந்ததும், என் அம்மா என்னைப் பார்த்து "சங்கர்,எனக்கு முட்டி ரொம்ப வலிக்குது.ரெண்டு வீட்டுக்கு நான் மாடிப் படி ஏறிப் போவணும்.எனக்கு சுத்தமா மாடிப் படி ஏறவே முடியலே.அப்படி மெல்ல ஏறிப் போனாலும் அவங்க வீட்லே குந்திக் கின்னு பாத்திரம் தேய்க்கறது ரொம்ப கஷ்டமா இருக்குது" என்று சொல்லிக் கொண்டு இருக்கும் போது "அம்மா,நீங்க இப்படி கஷ்டப் பட்டு எல்லாம் வீட்டு வேலைகெல்லாம் போய் வறாதீங்க.நான் ஏதாச்சும் ஒரு வேலையேத் தேடி கிட்டு போய் வறேன்" என்று சொல்லி முடிக்கவில்லை என் அம்மா' வேணாம் சங்கர்.நீ இந்த சின்ன வயசிலேயே வேலைக்கு எல்லா போவ வேணாம்" என்று சொன்னாள்.

"அம்மா இனி மேலே நான் படிக்கறதுன்னா பணம் கட்டித்தான் படிக்கணும்.இலவச படிப்பு முடுஞ்சுடிச்சி.நீங்க இந்த முட்டி வலியோட வீட்டு வேலேங்க எல்லாம் செஞ்சுக் கிட்டு வர வேணாம். வீட்டிலே மெல்ல சமையல் வேலையை செஞ்சுக் கிட்டு வாங்க.நான் ஒரு வேலேயேத் தேடி கிட்டு போய் சம்பாதிச்சுக் கிட்டு வறேன்" என்று சொல்லி விட்டு வேலைத் தேட ஆரம்பித்தேன்.

எனக்கு எந்த கம்பனியிலும் வேலைக் கிடைக்கவில்லை.எல்லா கம்பனிக் காரர்களும் எனக்கு 'கம்ப்யூட்டர்' வேலைத் தொ¢ந்து இருந்தால் தான் வேலைக் கொடுக்க முடியும் என்று சொல்லி விட்டார்கள்.

நான் ஒரு 'கம்ப்யூட்டர்' கற்றுக் கொடுக்கும் ஆபீஸ்க்குப் போய் விசாரித்தேன்.அந்த 'ஆபீஸ்' 'கம்ப்யூட்டர்' கற்றுக் கொடுக்க குறைந்த பக்ஷம் ஆறாயிரம் ரூபாயை இரண்டு தவணையாகக் கட்ட வேண்டும் என்று சொன்வார்கள்.கூடவே 'நான் ஒரு 'கம்ப்யூட்டரை' வீட்டிலே வாங்கி வச்சுக் கிட்டு, அவங்க சொல்லிக் கொடுக்கறதை நான் வீட்டிலே பழகி வர வேணும்' என்று சொன்னார்கள்.

நான் ஆறாயிரம் ரூபாய் அந்த ஆபீஸ்க்கு கட்டி,முப்பதாயிரம் ரூபாய் ஒரு 'கம்ப்யூட்டரும்' வாங்க என் கிட்டே

ஏது பணம்.நான் மனம் ஒடிந்துப் போனேன்.என் அம்மாவி-டம் சொல்லி வருத்தப் பட்டேன்.'' மணி, நீ வேறே எங்-காச்சும் வேலை தேடு.உனக்கு வேலே கிடைக்கற வரைக்-கும் நான் வேலைக்குபோயாறேன்'' என்று சொல்லி விட்டு தன் முட்டி வலியோடு வீட்டு வேலைக்குப் போய் வந்துக் கொண்டு இருந்தாள்.

ஒரு வாரம் தான் ஆகி இருக்கும்.என் அம்மா ஒரு வீட்டு வேலையை முடித்துக் கொண்டு அடுத்த வீட்டுக்குப் போக மாடிப் படியை கொஞ்சம் வேகமாக இறங்கும் போது,கால் தவறி அந்த மாடிப் படியில் இருந்து கீழே விழுந்து விட்டாள்.மெல்ல முடியாமல் எழுந்து வாசலில் போய்க் கொண்டு இருந்த ஒரு ஆட்டோவைப் படித்துக் கொண்டு வீட்டுக்கு விந்தி விந்தி நடந்து வந்தாள்.அப்போது தான் வேலைத் தேட கிளம்பத் தயாராகிக் கொண்டு இருந்-தேன்.

வேலைக்குப் போன என அம்மா வித்தி வித்தி வருவ-தைப் பார்த்த நான் பதறிப் போய் “ஏம்மா விந்தி விந்தி நடந்து வறங்க.என்ன ஆச்சு உங்களுக்கு'' என்று கேட்டதும் என் அம்மா தனக்கு நடந்ததை எல்லாம் விவரமாகச் சொன்னாள்.நான் உடனே ஒரு ஆட்டோவைப் பிடித்து எதில் என் அம்மாவை ஏற்றீக் கொண்டு அருகில் இருந்த மருத்தவ மணைக்கு அழைத்துப் போய் அங்கே இருந்த டாக்டா¢டம் காட்டினேன்.

அந்த டாக்டர் என் அம்மாவின் காலை ‘எக்ஸ் ரே’ எடுத்துப் பார்த்து விட்டு,பிறகு என்னைப் பார்த்து “தம்பி உங்க அம்மா கால் எலும்ப்லே ரெண்டு முறிவு இருக்கு.நான் அதுக்கு மாவுப் பட்டுப் போடணும்.'எக்ஸ் ரேவுக்கும்' மாவுக் கட்டுக்கும் மொத்தம் மூவாயிரம் ரூபாய் ஆகும்'' என்று சொன்னவுடன் எனக்கு அழுகையே வந்து விட்டது.

நான் டாக்டரைப் பார்த்து என் குடும்ப நிலைமையை விவரமாகச் சொல்லி “என் கிட்டே அவ்வளவு பணம் இல்லே சார்.நான் ஆயிரம் ரூபாய் தான் எடுத்து வந்து

இருக்கேன்.நீங்க தயவு செஞ்சி,அந்த ஆயிரம் ரூபாயே வாங்கிக் கிட்டு என் அம்மாவுக்கு மாவுக் கட்டுப் போடுங்க.நான் இன்னிக்கே எங்காச்சும் ஒரு வேலைக்குப் போய்,எனக்கு சம்பளம் வந்ததும், நான் மீதி ரெண்டாயிரம் ரூபாயை நிச்சியமா உங்களுக்குத் தறேன்.என்னெ கொஞ்சம் நம்புங்க டாக்டர்'' என்று அவர் காலைப் பிடித்துக் கொண்டு கெஞ்சினேன்.

உடனே அந்த டாக்டர் ''சா¢ தம்பி, நான் உங்க அம்மாவுக்கு மாவுக் கட்டுப் போடறேன்.நான் உனக்கு மூனு மாசம் அவகாசம் தறேன்.நீ எனக்கு மீதி ரெண்டாயிரம் ரூபாயைக் கொண்டு மறக்காம கொண்டு வந்துத் தரணும் சா¢யா'' என்று சொன்னதும் நான் என் கைகளைக் கூப்பி அவருக்கு நன்றி சொல்லி விட்டு ''ரொம்ப 'தாங்க்ஸ்' டாக்டர்.நான் நிச்சியமா இன்னும் மூனு மாசத்துக்குள்ளே மீதி ரெண்டாயிரம் ரூபாயை உங்களுக்கு கொண்டு வந்துத் தறேன்'' என்று சொன்னதும் அந்த டாக்டர் என் அம்மாவின் காலை 'ஆபரேஷன்' பண்ணி,மாவுக் கட்டுப் போட்டு விட்டு ''தம்பி,உங்க அம்மா அடிப்பட்ட இந்த காலை ஜாக்கிறதையா வச்சுக் கிட்டு வரணும்.மறுபடியும் இந்த கால்லே எந்த முறிவும் ஆவாம பாத்துக் கிட்டு வரணும்.உங்க அம்மாவை மறுபடியும் ஒரு மாசம் ஆனதும் இங்கே இட்டுக் கிட்டு வந்து காட்டு.நான் அவங்க மாவுக் கட்டேப் பிரிச்சிப் பாத்து,'எக்ஸ் ரே' பண்ணிப் பாத்துட்டு எலும்புங்க சேந்து இருக்கா ன்னு சொல்றேன்''என்று சொல்லி அனுப்பினார்.

நான் என் அம்மாவை அழைத்துக் கொண்டு வீட்டுக்கு வந்து விட்டு விட்டு,எங்க வீட்டுக்கு பக்கத்திலே இருந்த ஒரு ஹோட்டலிலே சாப்பாடு வாங்கிக் கொண்டு வந்து இருவரும் சாப்பிட்டோம். என் அம்மா என்னைப் பாத்து ''மணி,நான் கொஞ்சம் அவசரப் பட்டு என் காலே ஒரு படிக்குப் பதிலா, ரெண்டாவது படிலே வச்சுட்டேன்.இப்ப முதலுக்கே மோசம் ஆயிடுச்சி.நான் இன்னும் ஒரு மாசத்து க்கு வேலேக்கே போவ முடியாது.போறாததுக்கு டாக்டர் 'பீஸ்' மூவாயிரம்

குடுக்கணும்.இப்ப நீ ஒரு வேலேக்கு அவசியமா போய் வறணும்ன்னு ஆயிடுச்சே.அந்த கடவுள் நமக்கு ஏன் இப்படி ஒரு சோத னையேக் குடுத்து இருக்கார்.நான் யாருக்கும் ஒரு தீங்கும் பண்ணலையே "என்று தலையிலே அடித்து க் கொண்டு அழுதாள்.

நான் என் அம்மாவை சமாதானைப் படுத்தி விட்டு,அவங்க காலை ஜாக்கிறதையா வச்சுக் கிட்டு இருக்க சொல்லி விட்டு வேலே தேட கிளம்பினேன்.நான் என் மனதில் 'நாம எப்படியாவது, ஏதாவது ஒரு வேலேயே இன்னிக்குத் தேடிக் கிட்டே ஆவணும்.நம்ம அம்மா சேத்து வச்சு இருந்த மொத்த பணமும் இப்போ செலவு ஆயிடுச்சி' என்று நினைத்துக் கொண்டு போய்க் கொண்டு இருந்தேன்.

மெயின் ரோடிலே இருந்த ஒரு மளிகைக் கடை வாசல்லே ஒருந்த ஒரு 'போர்ட்டை'ப் பார்த்ததும் எனக்கு சந்தோஷம் தாங்கவில்லை.அந்த 'போர்ட்டில்' "கடை வேலைக்கு ஆட்கள் தேவை" என்று எழுதி இருந்தது.நான் உடனே அந்த மளிகைக் கடை முதலாளியைப் பார்த்து "சார்,நான் 'ப்லஸ் டூ' பாஸ் பண்ணி இருக்கேன்.நான் எந்த வேலையும் செய்ய தயாரா இருக்கேன்.எங்க அம்மா வீட்டு வேலை செஞ்சு வந்தாங்க.ஆனா இப்போ அவங்க கால்லே எலும்பு முறிவு ஏற்பட்டு இருக்கு. அவங்க ளாலே இப்போ வீட்டு வேலைக்குப் போவ முடியாது.நான் சம்பாதிச்சு வந்தாத் தான் எங்க வீட்லே அடுப்புப் புகையும்" என்று என் கையைக் கூப்பிக் கேட்டேன்.

அந்த முதலாளி என்னை ஏற இறங்கப் பார்த்தார்.கொஞ்சம் நேரம் யோஜனைப் பண்ணி விட்டு, என்னைப் பார்த்து "தம்பி நீ படிச்சு இருக்கற படிப்புக்கு ஏத்தா மாதிரி என் கிட்டே வேலே.என் கடை சாமான்களே, எங்க கடை சைக்கிளை எடுத்துக் கிட்டு,ஆர்டர் குடுத்தவங்க வீட்லே குடுத்துட்டு, அவங்க குடுக்கற பணத்தே வாங்கியாறணும்.'டெலிவா¢ பாய்' வேலே.நீ அதே செய்வாயா.அந்த வேலேக்கு எட்டாவது படிச்சு இருத்தாலே போதும்.நீ' ப்லஸ்

டு பாஸ்' பண்ணி இருக்கேன்னு சொல் றயே'' என்று சந்-தேகத்துடன் கேட்டார்.

நான் உடனே ‘‘சார்,நான் அந்த வேலேயே நிச்சியமா செய்யறேணுங்க.எனக்கு சைக்கிள் நல்லா ஓட்ட வரும்ங்க.தயவு செஞ்சிஅந்த வேலேயே எனக்குக் குடுங்க'' என்று கெஞ்சினேன்.நான் கெஞ்சு வதைப் பார்த்த அந்த முதலாளி பரிதாப பட்டு எனக்கு அந்த வேலையை தர ஒத்துக் கொண்டு என்னைப் பார்த்து ‘‘தம்பி,நான் உனக்கு இந்த வேலேயேத் தறேன்.உனக்கு மாசம் நாலாயிரம் ரூபாய் சம்பளம் தறேன்.நீ இந்த வேலேயே நல்லா செஞ்சு வந்-தீன்னா,அடுத்த வருஷம் இன்னும் கொஞ்சம் சம்பளம் போட்டுத் தாறேன்''என்று சொன்னதும் நான் அவர் காலைத் தொட்டு வணங்கி என் நன்றி யை சொல்லி விட்டு அன்றில் இருந்து அந்த மளிகைக் கடையிலே அந்த முதலாளி சொன்ன வேலை யை செய்து வந்தேன்.

வீட்டுக்கு வந்து என் அம்மாவிடம் நான் சந்தோஷமாக எனக்குக் கிடைத்து இருக்கும் மளீகைக் கடை வேலையைச் சொன்னேன்.ஆனால் என் அம்மா சந்தோஷப் படவில்லை.

என் அம்மா என்னைப் பார்த்து ‘‘மணி எனக்கு மட்டும் இந்த கால் முறிவு ஏற்படலேன்னா,நீ படிச்சு இருக்கும் படிப்-புக்கு உனக்கு இன்னும் நல்ல வேலே கிடைச்சு இருக்கும்.நீ செய்யற அந்த வேலேக்கு எட்டாவது படிச்சு இருந்தாலே போதும்.நம்ம போறாத வேளே.நீ இப்போ ஒரு வேலேக்கே போயாகணும்ன்னு ஆயிடுச்சே.நான் இன்னும் கொஞ்ச ஜாக்கிறதையா இருந்து இருக்கணும். என்னாலே தான் உனக்கு நீ படிச்சு இருக்கற படிப்புக்கு ஏத்த வேலே கிடைக்-கலே'' என்று சொல்லி அழுதாள்.

என் அம்மாவை மெல்ல சமாதானப் படுத்தி விட்டு அந்த மளிகைக் கடை வேலைக்குப் போய் வந்துக் வர முடிவு பண்ணினேன். நான் தினாமும் காலையிலே நாலு மணிக்கே எழுந்து ‘காபி'ப் போட்டு விட்டு,நாஷ்டாவும் மதி-யம் சமையலும் பண்ணி வைத்து விட்டு,என் அம்மாவுடன்

நாஷ்டா வையும் சாப்பிட்டு விட்டு,'காபி'யையும் குடித்து விட்டு,சமைத்து வைத்து இருக்கும் சமையலை மதியம் சாப்-பிட்ட சொல்லி விட்டு,மளிகைக் கடைக்கு வேலைக்குப் போய்க் கொண்டு இருந்தேன்.

எனக்கு முதல் மாச சம்பள பணம் வந்ததும் நான் என் அம்மாவை டாக்டர் கிட்டே அழைத்துப் போய் என் சம்பள பணத்தில் அவருக்கு ஒரு ஐனூறு ரூபாயைக் கொடுத்து விட்டு,மீதிப் பணத்தை இன்னும் ரெண்டு மாசத்தில் கொடுப்-பதாய் சொல்லி விட்டு,என் அம்மாவின் மாவுக் கட்டை பிரித்துப் பார்க்க சொன்னேன்.

அந்த டாக்டரும் என் அம்மாவின் மாவுக் கட்டைப் பிரித்து விட்டு,என் அம்மாவின் காலை 'எக்ஸ் ரே' எடுத்துப் பார்த்து விட்டு "தம்பி எனக்கு சொல்லவே ரொம்ப வருத்-தமா இருக்கு.இவங்க காலை ஜாக்கிறதையா வச்சுக் கிட்டு வறலே போல இருக்கு.உடைஞ்ச எலும்புங்க சேரவே இல்லே. இவங்க வயசுக்கு நான் மறுபடியும் ஆபரேஷன் பண்றது சா¢ இல்லே.இவங்க இந்தக் காலை அதிகமா ஊனிக் கிட்டு நடக்காம ஒரு 'வாக்கரே' வச்சுக் கிட்டு நடந்து வறது தான் நல்லது" என்று சொல்லி அனுப்பி விட்-டார்.

என் அம்மாவை ஒரு நான் ஒரு 'வாக்கர்' வாங்குகிற வரைக்கும்,அந்த அடிப் பட்ட காலை மிகவும் ஜாக்கிறதை-யாக வைத்துக் கொண்டு வரச் சொன்னேன்.எனக்கு நாலு மாச சம்பளம் வந்ததும், அந்த டாக்டருக்குக் கொடுக்க வேண்டிய மீதி பணத்தைக் கொடுத்து விட்டு கடைக்குப் போய் என் அம்மாவுக்கு ஒரு 'வாக்கரை' வாங்கிக் கொண்டு வந்துக் கொண்டு அதை வைத்து நடந்து வரச் சொன்னேன்.

அன்று வீட்டு வந்ததும் நான் என் அம்மாவிடம் "இன்-னிக்கு நான் மளிகை சாமான்கள் குடுத்துட்டு பணம் வாங்கற வீட்லே தவறுதலாக என் கிட்டே எரனூறு ரூபாய் அதிகமா குடுத்தாங்க.நான் அவங்க குடுத்த பணத்தை ஒரு தடவைக்கு ரெண்டு தடவை மறுபடியும் மறுபடியும் எண்ணீப்

பாத்துட்டு,அவங்க தவறுதலா எனக்குக் குடுத்த எரனூறு ரூபாயை நான் திருப்பிக் குடுத்தேன். அவங்க என்னைப் பார்த்து 'இவ்வளவு நேர்மையா இருக்கியே தம்பி இந்த சின்ன வயசிலே'ன்னு சொல்லி பாராட்டினாங்கம்மா" என்று சொன்னதும் என் அம்மா "அப்படித் தான் இருக்கணும் மணி. மத்தவங்க பணத்துக்கு நாம ஆசைப் படவே கூடாது" என்று என் முதுகிலே தட்டி சந்தோஷப் பட்டாள்.

நான் என் அம்மா சொன்னதை என் வாழ்ங்க்கையிலே கடைப் பிடித்து வந்து ஒரு நேர்மையான வாழக்கையை வாழ்ந்து வந்தேன்.

எனக்குத் திருமண வயது வந்ததும் என் அம்மா அவங்களுக்கு தொ¢ஞ்சவங்க கிட்டே எல்லாம் சொல்லி எனக்குப் 'பொண்ணு'க் கேட்டாங்க.நானும் என் அம்மாவும் 'பொண்ணு'க் கொடுக்க ஒத்துக் கொண்ட வீட்டுக்குப் போய் 'பொண்ணு'ப் பார்த்தோம்.அவங்க வீட்டிலே பெண்ணின் அம்மாவும், அப்பாவும் என் அம்மாவைப் பார்த்து "உங்களுக்கு சொந்த வீடு இருக்குதா,பையன் கிட்டே எவ்வளவு சொத்து இருக்குது.ஒரு வேளே "சிறுசு" ரொம்ப ஆசைப் பட்டா கல்யாணம் ஆன பிறவு அவங்க 'தனிக் குடித்தனம்' போய் இருக்க நீங்க சம்மதம் தருவீங்களா" என்று கேட்டதும் என் அம்மா ஆடிப் போய் விட்டாள்.

என் அம்மா அமைதியாக "எங்களுக்கு சொந்த வீடு,பூர்வீக சொத்து எல்லாம் இல்லீங்க.அவனுக்கு வர மாச சம்பளம் தான் எங்க கிட்டே இருக்கு.என் பையன் என்னே இந்த வயசான காலத்லே, தனியா தவிக்க விட்டுட்டு தனிக் குடித்தனம் எல்லாம் வர மாட்டாங்க.என் பையன் ரொம்ப நேர்மை யான பையங்க.அவன் கிட்ட எந்த கெட்ட பழக்கமும் இல்லீங்க"என்று சொன்னாள்.

அவர்கள் உடனே "வெறும் நேர்மையை மட்டும் வச்சுக் கிட்டு இருந்தா போதாதுங்க.சொந்த வீடோ இல்லே பூர்வீக சொத்தோ உங்க பையனுக்கு இருக்கணும்.நாங்க உங்க பையணுக்கு எங்க 'பொண்ணே'க் குடுக்க முடியாதுங்க"

என்று நிர்தாட்சனயமாக சொல்லி விட்டார்கள்.

நானும் என் அம்மா ஆறு பெண்கள் வீட்டுக்குப் போய் 'பொண்ணு'ப் பார்த்தோம்.எல்லா வீட்டிலேயும் முதலில் பொண்ணுப் பார்த்த அம்மா அப்பா கேட்டதையே கேட்டார்கள்.என் அம்மாவும் அவங்க சொன்ன பதிலையே சொன்னாங்க.அவங்களும் முதல் வீட்டிலேஅதே பதிலையேத் தான் சொல்லி எங்களை அனுப்பினார்கள்.என் அம்மாவும் நானும் வீட்டுக்கு வந்து சேர்த்தோம்.

வீட்டுக்கு வந்த என் அம்மா மனம் உடைத்து என்னைப் பார்த்து "மணீ, உங்க அப்பா ஒழுக்கம் கெட்டவருன்னு நினைச்சுத் தான் நான் உன்னே இட்டுக் கிட்டு தனியா வந்தேன்.என்னாலே வீட்டு வேலே செஞ்சு சொத்தும் சேக்க முடியலே,வூடும் வாங்க முடியலே.போறாததுக்கு நான் என் காலை உடைச்சுக் கிட்டு வூட்லே குந்திக் கிட்டு இருக்கேன்.பொண்ணு குடுக்கறங்க எல்லாம் சொத்து இருக்குதா,சொந்த வூடு இருக்குதா,'தனி குடித்தனம்' போவ ஒத்துப்பீங்களான்னே கேக்கறாங்களே. நாமும் ஆறு பொண்களேப் பாத்துட்டு வந்தோம்.ஒரு பொண்ணும் உனக்கு அமையலையே. யாரும் பொண்ணுக் குடுக்க மாட்டேன்னு சொல்றாங்களே.உனக்குக் கல்யாணமே ஆவது போல இருக்கே" என்று அழுதுக் கொண்டு சொல்லும் போது என் அம்மா நெஞ்சைப் பிடித்துக் கொண்டு தரையிலே சாய்ந்து விட்டாள்.

அப்படி சாயந்து விழுந்த என் அம்மா பிறகு கண்ணே முழிக்கவில்லை.

நான் அழுதுக் கொண்டேஎன் அம்மாவை அடக்கம் பண்ணி விட்டு வந்தேன்.

நான் ஒரு தனி மரம் ஆனேன்.ஆனால் என்னிடம் கல்யாண வயதுக்கு வந்த எல்லா ஆண் களுக்கும் 'வயது பெண்களிடம்' இருக்கும் 'ஈர்ப்பு' இருந்து வந்தது.

ஆறு வருடங்களாக என் வேலையில் நான் மிகவும் நேர்மையாக இருந்ததை கவனித்த என் கடை முத-

லாளி,நான் கொண்டு வந்துக் கொடுத்தப் பணத்தை எண்ணாமலே அவர் கல்லாவில் போட்டுக் கொண்டு வந்தார்.அந்த அளவுக்கு அவருக்கு என் நேர்மை மேலே நம்பிக்கை இருந்தது.

கடையிலே வேலை செய்து வந்த ரெண்டு 'சேல்ஸ் பெண்கள்' தங்கள் காதலை என்னிடம் மறை முகமாகத் தொ¢வித்தார்கள்.

நான் அவர்கள் காதலை ஏற்று அவர்கள் கூட பழகி வந்து என் 'கல்யாண ஆசையை' வளர்ந்துக் கொண்டு வந்தேன்.ஆறு மாசம் ஆனதும் ஒரு நாள் அந்த பெண்ணின் பெற்றோர்களுக்கு எங்கள் காதல் தொ¢ய வந்தது.அவர்கள் இந்த 'காதலை' ஏற்று என்னை அவர்கள் வீட்டுக்குக் கூப்பிட்டார்கள்

அந்தப் பெண்ணின் அம்மாவும் அப்பாவும் என்னைப் பார்த்து "உங்களுக்கு சொந்த வீடு இருக்குதா.பூர்வீக சொத்து ஏதாச்சும் இருக்குதா "என்று என் அம்மாவுடன் நான் முன்னம் பல தடவை 'பொண்ணு' ப் பார்க்க போன போது கேட்ட கேள்விகளையே கேட்டார்கள்.அவர்கள் கேட்ட கேள்விகளுக்கு நான் "எனக்கு சொந்த வீடோ,இல்லைப் பூர்வீகச் சொத்தோ இல்லீங்க.உங்க பொண்ணே நீங்க எனக்குக் கல்யாணம் பண்ணி வச்சிங்கன்னா,நான் காலமே பூராவும் அவளை கண் கலங்காம காப்பாத்தி வருவேங்க" என்று சொன்னதும்,அவர்கள்"இதோ பாருங்க.உங்களுக்கு சொந்த வீடும் இல்லே.பூர்வீகச் சொத்தும் இல்லே.இந்த மளிகை வேலையை மட்டும் நம்பி, நாங்க உங்களுக்கு எங்க பொண்ணே கல்யாணம் கட்டிக் குடுக்க முடியாதுங்க" என்று சொல்லி எங்க காதலை,கல்யாணத் தில் கொண்டு போய் சுபமாக முடிக்காமல்,'மலரும்' முன்னமே கிள்ளி எறிந்து விட்டார்கள்.

நான் மிகவும் வருத்தப் பட்டு வீட்டுக்கு வந்துக் கொண்டு இருந்தேன்.வரும் வழியில் ஒரு 'ட்ரான்ஸிஸ்ட்டர்' பெட்டியில் இருந்து 'காதலிலே தோல்வியுற்றான் காளை ஒருவன்

‘என்னும் பாட்டு ஒலித்துக் கொண்டு இருந்தது.இந்த பாட்டு என் வாழ்க்கைக்கு எவ்வளவு பொருத்தமாக இருக்கிறது என்று எண்ணம் இட்டாவாரே வீட்டுக்கு வந்து சேர்ந்தேன்.

விலை வாசி எல்லாம் விஷம் போல ஏறி வரும்,இன்றைய கால கட்டத்தில் நான் எனக்கு வரும் சம்பள பணத்தில் வயிறார மூனு வேளை சாப்பிட்டுக் கொண்டு கொஞ்சம் பணமும் சேர்த்து வைத்துக் கொண்டு வருகிறேன்.

என்னுள் கொழுந்து விட்டு எரியும் என் ‘கல்யாண ஆசையை’ என்னால் நேர்மையான வழியிலே இருந்து வந்து ‘அணைத்துக் கொள்ள’ முடியாமல் தவித்து வருகிறேன்

’தவறான வழியிலே’ போய் அந்த ‘ஆசையை’ தீர்த்துக் கொள்ள ஆசைப் படும் போது எல்லாம், என் அம்மா எனக்கு சின்ன வயதிலே சொன்ன ‘புத்திமதிகள்’ஞாபகத்துக்கு வந்து என்னைத் தவறான வழியில் போக விடாமல் தடுக்கிறது.

வருடங்கள் ஆக, ஆக, எனக்கு வயது கூடிக் கிட்டுத் தான் போகுமே ஒழிய குறையப் போவது இல்லை.

எனக்கு இப்போது வயது முப்பத்தி இரண்டு.

நான் இப்போது இருப்பதைப் போலவே நேர்மையான வழியிலே திருமணம் செய்துக் கொள்ள ஆசைப் பட்டு வந்தால்,இன்னும் இரண்டு வருடம் ஆனதும்,ஏன் இப்போதே என்னைக் கல்யாணம் பண்ணிக் கொள்ள வரும் ‘பெண்’ என்னை ‘ஒரு வயதானவர்’ என்கிற பட்டத்தை ‘சூட்டி விட’ப் போகிறார்கள்

அப்புறம எனக்கு எங்கே திருமணம் நடக்கப் போகிறது!!!!.

நான் ஒன்று சொல்ல ஆசைப் படுகிறேன்.

என்னிடம் ஒரு வீடும் இருந்து,நிறைய பூர்விக சொத்தும் இருக்கிறது என்று வைத்துக் கொள்ளுவோம்.இந்த இரண்டையும் நம்பி பெண்ணின் பெற்றோர்கள் சந்தோஷமாக எனக்கு அவர்கள பெண்ணைத் திருமணம் செய்து வைக்கிறார்கள் என்று வைத்துக் கொள்ளுவோம்.

கல்யாணம் ஆகி ரெண்டோ மூனோ வருடங்களில் நான் 'நடத்தை கெட்டு' இருந்து வந்து, என் வீட்டையும்,பூர்வீக சொத்தையும் அழித்து விட்டேன் என்றால், பெண்ணை எனக்கு திருமணம் செய்து வைத்த பெற்றோர்கள் என்ன பண்ணப் போகிறார்கள்.

அவர்களால் முடிந்தது எல்லாம் ஒன்று தான்.

கோவம் வந்து ஒரு 'நடத்தை கெட்டஆம்பளையோடு நீ இருக்க வேணாம்' என்று நினைத்து அவர்கள் பெண்ணை அவர்கள் வீட்டுக்கு அழைத்துக் கொண்டுப் போய் 'வாழா வெட்டியாக வைத்துக் கொண்டு வந்து காலம பூராவும் அழுதுக் கொண்டு இருப்பார்கள்.

பெண்ணைப் பெற்ற பெற்றோர்கள் 'ஒரு நாள் இல்லை,ஒரு நாள்அழியும் இந்த வீட்டை யும்,பணத்தையும் தான் 'நிரந்தரம்' என்று எண்ணாமல் தங்கள் பெண்ணைத் திருமணம் செய்துக் கொள்ள வரும் பையனை தங்கள் பெண் மனதார ஆசைப் படுகிறாளா,அந்தப் பையன் நேர்மை யானவனா,தங்கள பெண்ணை காலம் பூராவும் கண் கலங்காமல் காப்பாற்றி வருவானா என்பதை எல்லாம் தீர விசாரித்து தங்கள் பெண்ணுக்குத் திருமணம் செய்து வைக்க முன் வராமல் இருக்கும் வரையில்,என்னைப் போன்று சொந்த வீடு, பூர்வீக சொத்து இல்லாத நேர்மையான இளைஞர் களின் வாழக்கையிலே திருமணம் என்பது நிச்சி-யம் ஒரு "கானல் நீர்" தான்.

பெண்ணைப் பெற்ற பெற்றோர்களே கொஞ்சம் சிந்தியுங்-கள்!!.

12. நேர்மைக்கு விலையில்லை

- தனுஜா ஜெயராமன்

பள்ளி விட்டு வந்ததும் புத்தகப்பையை ஒருபுறமும் ஷு-சாக்ஸ் ஒருபுறமும் என தூக்கி எறிந்து விட்டு முகத்தை "உர்" என்று தூக்கிவைத்தபடி கோபமாக பெட்ரூமினுள்

நுழைந்தாள் சஞ்சனா•••

வாசற்கதவை லாக் செய்து விட்டு கிச்சனின் உள்ளே வந்து பாலை காய்ச்சி ஒரு டம்ளரில் ஊற்றி சஞ்சனாவிடம் நீட்டினாள் சவீதா..கோபம் குறையாதவளாக முகத்தை வேறுபுறம் திருப்பி கொண்டாள் சஞ்சு•••

சரி அவளே அடங்கட்டுமென பாலை மேஜை மீது வைத்து விட்டு கூடவே திண்பண்டங்கள் சிலதையும் வைத்து விட்டு வெளியேறி தன் வேலைகளை தொடர்ந்தாள் சவீதா•••

ஒரு மணிநேரம் கழித்து வந்தபோதும் பால் அப்படியே கிடந்தது..தன்னை நிமிர்ந்தே பார்க்காமல் ஹோம்ஹோர்க் செய்து கொண்டிருந்தவள் மீது கோபமாக வந்தாலும் அடக்கி கொண்டாள் சவீதா••••இரண்டுங்கெட்டான் வயது•••அப்படிதான் இருக்கும்••• அதட்டி மிரட்டினால் திமிறி ஓடும் வயது•••பக்குவமாக தான் கையாளவேண்டும் இவளை•••

சஞ்சு என மெதுவாக அழைக்க•••என்கிட்ட பேசாதே போ..என கத்தினாள் மிகுந்த எரிச்சலுடன்..உனக்கு என் மேலே அக்கறையுமில்லை..பாசமுமில்லை போ•••என கத்தினாள்••• எதுவுமே பேசாமல் அமைதியாக வெளியேறினாள் சவீதா

இரவு வேலையை முடித்து அலுப்புடன் வீடு வந்த சுமேஷ்•••சவீ காபி தாயேன் தலையை வலிக்குது ••••.

“த்தோ தரேன்ங்க.”..ஏன் என்ன ஆச்சு என்றாள்•••

எக்கசக்கமான வேலைம்மா ஆபிஸில் ப்ரமோஷன் டைம் வேற நிறைய போட்டி உழைச்சு தானே ஆகணும்••• வேறவழியில்லை..என்றார் அயர்ச்சியுடன்•••சுமேஷ் முன்ணனி சாப்ட்வேர் அலுவலகத்தில் பல வருடங்களாக வேலை செய்பவர்•••கிரிடிகல் ரீசோர்ஸ் என பலரின் பாராட்டுதல்களை பெற்றவர்..இந்த வருடத்தின் சிறந்த எம்ப்ளாயி என்ற சான்றிதழை இருமுறை பெற்றவர்•••

காபியை குடித்தவாறு ..சஞ்சனா எங்கே என்றபடி பெட்ரூமில் நுழைந்து •••ஏய் சஞ்சு என்ன பண்ணிட்டிருக்க என்-

றார் அன்புடன்...

ஹோம்ஒர்க் பண்றேன் ப்பா...நீங்க எப்ப வந்தீங்க....என்ற சஞ்சனாவிற்கு அப்பாவென்றால் உயிர்..

அவளின் முகவாட்டத்தை கண்டும் காணாதவர் போல. இப்ப தாண்டா வந்தேன் ...நீ எழுதிட்ரு...தலையை வலிக்குது..காபி குடிச்சி ரெஸ்ட் எடுக்குறேன் என அடுத்த அறையினுள் நுழைந்தார்..

காபியுடன் வந்தவளிடம் .ஏன் சவீ உன் பொண்ணு உம்முன்னு இருக்கா....என்ன விஷயம்...

அவளுக்கும்..அவ பிரண்ட் திவ்யாவிற்கு எதுக்கெடுத்தாலும். போட்டி தான்...இந்த முறை ஸ்கூலில் ஒரு ஓவிய போட்டி நடந்தது...அதற்கான பொறுப்பை என் பிரண்ட் மஞ்சு தான் கவனிக்குறா....அவகிட்ட சொல்லி மறைமுகமாக இவளுக்கு சிபாரிசு பண்ண சொன்னா..நான் செய்யலைன்னு கோபம்..இப்ப திவ்யா முதல்பரிசு வாங்கிட்டா...இவளுக்கு பரிசு கிடைக்கல அந்த கோபம் தான்...அவ சொல்வதற்காக இதை செய்தால் அது என் ஆசிரியர் பணிக்கே அவமானம் சுமேஷ்...ஆக்சுவலா திவ்யா ப்ரமாதமா ஓவியம் வரையுறா...நம்ம சஞ்சனாவை விட...இவளுக்கு எப்படி பரிசு தர முடியும்... இவளுக்கு அது புரிய வேண்டாமா...

சரி விடு சவீ..சின்ன பொண்ணு தானே...எடுத்து சொன்னா புரிஞ்சிக்குவா ..நாளைக்கு நான் பேசுறேன்..ப்ரீயா விடு...

என்ன சின்ன பொண்ணு ..பதினைந்து வயசாகுது..நீங்க செல்லம் குடுத்து கெடுக்கறீங்க..என் பேச்சை கேட்கவே மாட்டேங்குறா ..என அலுத்து கொண்டாள்...நல்லது எது கெட்டது எதுன்னு நாம தான் அவளுக்கு புரிய வைக்கணும். என்னவோ போங்க என சொல்லியவாறு கிச்சனில் நுழைந்தாள்.

இரவு உணவை சஞ்சனா படித்து கொண்டிருந்த மேஜை மேல் வைத்து விட்டு ஏதும் பேசாமல் திரும்பினாள் சவீதா.

காலையில் எழுந்ததும் கூட கோபம் குறையாமலே சஞ்சனா பள்ளிக்கு கிளம்பினாள்•••சஞ்சனா படிக்கும் பள்ளியில் தான் அம்மா சவீதாவும் ஆசிரியராக வேலை பார்க்கிறாள்•••இருவரும் போகும்போதும் கூட பேசிக்கொள்ளவேயில்லை•••

மாலை சீக்கிரமே வீடு திரும்பிய சுமேஷ் மிகவும் டென்ஷனாக இருந்தார். சஞ்சனா சோபாவில் அமர்ந்து டிவி பார்த்து கொண்டிருந்தாள். சமையறையில் வேலையை முடித்து ஹாலுக்கு வந்த சவீதா•••சோபாவில் தலைசாய்ந்திருந்த கணவனை பார்த்து..காபி..சாப்பிடுறீங்களா•••என கேட்டாள்•••

ம்•••என்றவருக்கு காபி கொடுத்து•••அவரே சொல்லட்டுமென காத்திருந்தாள்•••

சவீ•••அந்த ப்ரமோஷன் விஷயமா நேத்தைக்கு சொல்லியிருந்தேன்ல . நான் இந்த ஆபிஸ்காக எவ்வளவு உழைச்சிருப்பேன் தெரியுமா..ராத்திரி பகல்னு பாக்காம உழைச்சிருந்தேன் சவீ•••ஆனா போன வருஷம் ஜாயின் பண்ண சுந்தர் மேனேஜரோட சொந்தகாரன்ற ஒரே காரணத்துக்காக ப்ரமோஷன் வாங்கிட்டான்•••எனக்கு கிடைக்கலை சவீ•••அது எனக்கு கிடைக்குலைங்குறதை விட தகுதியும் திறமையும் இல்லாத இன்னொருத்தன் அதை சிபாரிசு மூலமாக வாங்குவதை என்னால் ஜீரணிக்கவே முடியலை சவீ•••என புலம்பினான்•••

சரி விடுங்க சுமேஷ்..அடுத்த வருஷம் பாத்துக்கலாம்•••

அப்ப நேர்மைக்கும் உழைப்புக்கும் எந்த மரியாதையுமே கிடையாதா? சவீ..ரொம்ப வருத்தமாக இருக்கு ..

கவலைபடாதீங்க சுமேஷ்••• நம் உழைப்பிற்கேற்ற பலன் நிச்சயம் ஒருநாள் கிடைக்கும்•••டிபன் ரெடி பண்றேன் சாப்பிட்டு ரெஸ்ட் எடுங்க•••வீணா மனசை போட்டு குழப்பிக்காதீங்க••••நேர்மைக்கென ஒரு மரியாதை நிச்சயம் உண்டு ..மனசை தளர விடாதீங்க•••

சமையலறையில் டிபனை ரெடி பண்ணி சஞ்சனாவின் ரூமின் மேஜை மேல் வைக்க போனவளிடம் •••அம்மா

நான் ஹாலிலேயே வந்து சாப்பிடுறேன் என்றாள் சஞ்-
சனா...

டைனிங்டேபிளில் எதுவும் பேசாமல் டிபனை சாப்பிட்ட
சுமேஷை கண்டு சவீதாவிற்கு மனதுக்குள் கஷ்டமாக
இருந்தது...சஞ்சனாவிற்கும் தன் அப்பாவை அப்படி பார்க்-
கவே பிடிக்கவில்லை...

அப்பாவின் மூடை மாற்ற ஸ்கூலில் நடந்த ஏதேதோ
விஷயங்களை சுவராஸ்யமாக சொல்லி கொண்டேயிருந்தாள்
சஞ்சனா.. ஆனால் அதை சுவராஸ்யமற்று கேட்டு கொண்-
டிருந்தார் சுமேஷ்....

அனைவரும் சாப்பிட்டு முடித்து கிச்சனை கிளின் செய்து
பாலை காய்ச்சி சுமேஷ்க்கு ஒரு டம்ளர் கொடுத்து விட்டு
மற்றொரு டம்ளரை சஞ்சனாவிடம் கொடுத்தவளிடம்..சாரி
அம்மா...என்றாள் சஞ்சனா...

அதனாலென்னடா...நீ புரிஞ்சிகிட்டாயென்றாலே போதும்
என்றாள் வாஞ்சையுடன்...

இருந்தாலும் நான் அப்படி நினைச்சிருக்கவே கூடாது...
தப்புதான்மா..மன்னிச்சுரு...என்றாள் குற்றவுணர்வுடன்....

சஞ்சனா ..நீ வளர்ந்த பெண் இன்னமும் போக போக
பல விஷயங்களை தானாகவே புரிந்து கொள்வாய் ...திரு-
டுவது பொய்சொல்வது எவ்வளவு தவறோ..அதே போன்ற-
தொரு தவறு தான் கண்ணம்மா...மற்றவருக்கான வாய்ப்பு-
களை குறுக்கு வழியில் தட்டி பறிப்பதும்... வாய்ப்புகளை
இழந்த அவர்களின் வயிற்றெரிச்சல் நம்மை நெடுநாள் தூங்க
விடாது..குறுக்கு வழியில் வந்த எந்த ஒரு வெற்றியும் நிச்-
சயமாக நெடுநாள் நிலைக்காது.. வெற்றி பெறுவது தோல்-
வியடைவது என்பதை விட நேர்மையாக இருப்பது தான்
அதிக நிம்மதியை தரும்டா செல்லம்... என் பெண் சகல-
கலாவல்லியாக இருப்பதை விட நேர்மையாக இருக்கிறாள்
என்பதில் தானேடா எங்களுக்கு பெருமையே...என்று
தலையை கோதினாள் சஞ்சனா...

புரிந்து கொண்டவளாக சஞ்சனாவை கட்டிகொண்-
டாள்...சட்டென யோசித்தவளாக... அம்மா...அப்பா

பாவம் இல்லையாம்மா...என கவலைபட்டாள்...

உன் அப்பாவை போல திறமையாளர்கள் பலர் ஒரு வாய்ப்பு கிடைக்காத முன்னேற என ஏங்கி கிடக்க குறுக்குவழியில் அதை அடைய சிலர் நினைப்பது நியாயமான விஷயமா? ..நீயே சொல்...ஒரே ஒரு குறுக்கு வழியானால் பல நேர்வழியாளர்கள் வாழ்வின் மீதான நம்பிக்கையை இழந்து போகிறார்கள் கண்ணம்மா...அந்த நம்பிக்கைகளை உடைக்க ஒரு போதும் நாம் காரணமாக இருக்ககூடாது என்ற உறுதியை நீ எடுத்து கொள்ளவேண்டும் உன் வாழ்விலும்....எல்லோரும் இப்படி நினைச்சா நல்லாதானே இருக்கும்..

இன்று நீ புரிந்து கொண்டதை போல சில விஷயங்களை உன் அப்பாவும் புரிந்து கொள்வாரடி கண்ணு..அப்போது அவர் வருத்தமும் மறையும். வாழ்க்கையில் பல விஷயங்களை தோல்வியாக பார்க்ககூடாதுடாம்மா.. அதை ஒரு அனுபவமாக பார்க்க கற்று கொள்ள வேண்டும். சரி நீ தூங்குடா செல்லம்..காலையிலே ஸ்கூல் போகணுமில்லை.. அப்பாகிட்ட நான் பேசிக்கிறேன்.. என சஞ்சனாவை சமாதானபடுத்தி விட்டு தூங்க போனாள்..

சஞ்சனாவை சமாதானபடுத்தினாலும் சுமேஷை நினைத்து கவலையாகவே இருந்தது சவீதாவிற்கு. எதற்கும் சமாதானமாகாதவராக இரவெல்லாம் தூங்காமல் புரண்டு புரண்டு படுத்தபடியே இருந்தார் சுமேஷ். சஞ்சனாவின் பிரச்சினை முடிந்தது ..இப்போது சுமேஷின் பிரச்சனைக்கு என்ன ஆறுதல் சொல்வதென யோசித்து கொண்டே தூங்கி போனாள் ..

காலையில் எழுந்து குளித்து விளக்கேற்றி விட்டு ஒரு ஐந்து நிமிடம் கண்களை மூடி நின்றாள். எதுவுமே கடவுளிடம் வேண்ட தோன்றவில்லை.. பிறகு சஞ்சனாவை எழுப்பி விட்டு சமையலறையில் பம்பரமாக சுழன்று கொண்டிருந்தாள் சவீதா... டிபனை செய்து முடித்து மதிய உணவை தயாரித்து முடித்து அயர்ச்சியாக உணர்ந்தாள். இரவெல்லாம் தூங்காமல் புரண்டு காலையில் அயர்ந்து தூங்கி கொண்-

டிருந்த கணவனை எழுப்ப மனமில்லாமல் வேலையை தொடர்ந்தாள்...

சஞ்சு குளிச்சிட்டயாடா...டிபனை டைனிங் டேபிள் மேலே வைச்சிடும்மா என குரல் கொடுத்தாள்...

வரேன் மா ...என்றாள் சஞ்சு தலையை சீவியபடி...

நிதானமாக எழுந்து வந்த சுமேஷ் ...சவீ காபி என்றான் டைனிங் டேபிளில் அமர்ந்து லேப்டாபை திறந்தவாறு...

அவள் கொடுத்த காப்பியை ஊறிஞ்சியபடி மெயிலை செக் பண்ணி கொண்டிருந்தவன்... சவீ...என்றான் துள்ளி குதித்தபடி....என் ஆன்சைட் ஆபர்சுனிட்டி லாட்ல பிக் ஆகியிருக்கும்மா...என சந்தோஷ கூத்தாடி கொண்டிருந்- தான் குழந்தை போல..சுமேஷின் கம்பெனியின் மூலம் அமெரிக்க ஆன்சைட் செல்வதற்காக ஆறு மாதத்திற்கு முன்பே திறமையின் அடிப்படையில் சுமேஷின் பெயர் லிஸ்- டில் இருந்தது. தற்போது தான் உறுதி கிடைத்திருக்கிறது. இங்கே இருந்ததை விட பல மடங்கு அதிக சம்பளம் அது- வும் டாலர்களில்....

டேபிள் மேல் டிபனை வைக்க வந்த சஞ்சுவையும் அந்த சந்தோஷம் தொற்றி கொள்ள....அப்பாவும் மகளும் மகிழ்- வுடன் கொண்டாடினர்...

சிறுபுன்னகையுடன் வேலையை தொடர்ந்தவாறு தன் அர்த்தம் பொதிந்த பார்வையை அவர்கள் மேல் வீசினாள் சவீதா...ப்ரமோஷன் கிடைத்த சந்தோஷத்தை விட நேர்- மைக்கு நிச்சயம் பலன் உண்டென்பதை சஞ்சனாவின் மனதில் அழுத்தமாக பதிய வைத்த கடவுளுக்கு நன்றி சொல்லியபடி பூஜையறையை நோக்கினாள்...

No fear..when I am here என்று பூஜை அறையில் கடவுள் சிரித்து கொண்டிருந்தார்....நேர்மையும் ஒரு வகை- யில் கடவுள் தானே!

13. நேர்மை - கோ.பூர்ணசந்தரன்

ஒரு மாம்பழ வியாபாரி சைக்கிளில் மாம்பழம் விட்டுக்கொண்டு போகிறான், "கிலோ ₹30 கிலோ ₹30" என்று கூவிக்கொண்டு போகிறான்.

மாம்பழக் காரரே நில்லுங்கள்! என்று ஒருவர் கூறினார்.

கிலோ ₹30 என்று வியாபாரம் செய்து கொண்டு இருந்தான். மாம்பழம் வாங்குவதற்கு ஐந்து, ஆறு நபர்கள் வந்துவிட்டார்கள். ஒரு பெண் இரண்டு கிலோ மாம்பழம் வாங்கி இருக்கிறேன், ஒரு மாம்பழம் அதிகமாக கொடு என்று கேட்டாள். வியாபாரி எடைக்கு மேல் ஒரு பழம் கூட தர மாட்டேன் என்று பிடிவாதமாக பேசினார், எல்லோரும் சரி என்று வாங்கிக்கொண்டு போய் விட்டார்கள். பின்பு மாம்பழம் எல்லாம் தீர்ந்துவிட்டது. வியாபாரி வீட்டுக்குப்போய் பணம் எவ்வளவு இருக்கிறது என்று கணக்கு பார்த்தான். இரண்டு கிலோவுக்கு வரவேண்டிய பணம் அவனிடம் இல்லை, ஐயோ! யாரிடமோ ஏமாந்து விட்டோமே என்று வருத்தப்பட்டான்.

மறு நாள் அதே இடத்துக்கு வியாபாரம் செய்வதற்கு மாம்பழகளை எடுத்து கொண்டு சென்றான், ஒருவர் மட்டும் வாங்கினார். ஒரு பெண் வந்து மாம்பழக்காரரே நேற்று உங்களிடம் இரண்டு கிலோ மாம்பழம் வாங்கினேன், மாம்பழத்தை வாங்கிக்கொண்டு பணம் எடுக்க போனேன். ஆனால் நீங்கள் நான் வருவதற்கு முன்னே போய் விட்டீர்கள் என்று கூறி ₹60 ரூபாயை கொடுத்தாள். அவனுக்கு மிக சந்தோசம், அந்த பெண்ணிடம் வியாபாரி அரை கிலோ மாம்பழம் கொடுத்தான். இதற்கு எனக்கு பணம் வேண்டாம் என்று சொல்லிவிட்டு போனார்.

நேற்று ஒரு கிலோவுக்கு மேல் ஒரு மாம்பழம் கூட தரமாட்டேன் என்று சொன்னவர் இன்று அரை கிலோ மாம்பழம் கொடுத்து விட்டு போகிறார். அதே போல நம்மும் நாம் வாழ்க்கையில் கடமையை செய்து நேர்மையாக இருந்-

தால் கிடைக்க வேண்டியது தானாக கிடைக்கும்.

பழமொழி: "கடமையை செய்! பலனை எதிர்பாராதே!"

14. நேர்மை - எஸ்.கண்ணன்

மணியாச்சி ரயில்வே ஸ்டேஷன்.

காலை ஆறரை மணிக்கு பொலபொலவென நன்கு விடிந்து ஸ்டேஷன் மரப் பறவைகள் ஒருசேர கிறீச்சிட்டன.

ரயிலில் திருநெல்வேலி சென்று கொண்டிருந்த நானும் என் மனைவி சரஸ்வதியும் மெதுவாக அப்போதுதான் தூக்-கத்திலிருந்து எழுந்து அமர்ந்துகொண்டோம். சரஸ்வதி பாத்-ரூம் போய் பல்லைத் தேய்த்துவிட்டு வந்து "என்னங்க, எனக்கு காபி சூடா வேணுங்க..." என்றாள். நான் வெளியே எட்டிப்பார்த்து, ஸ்டேஷன் பிளாட்பாரத்தில் காபி விற்றுக் கொண்டிருந்த ஒரு முதியவரிடம் இரண்டு காபிகள் சொன்னேன். அவர் உடனே அவசர அவசரமாக இரண்டு பிளாஸ்டிக் கப்புகளில் காபியை ஊற்றி என்னிடம் கொடுத்-தார். மரியாதைக்குரியவராகக் காணப்பட்டார். நெற்றியில் பட்டையாக திருநீறு அணிந்திருந்தார்.

"எவ்வளவுப்பா?" "இருபது ரூபா சார்..."

சட்டைப்பையைத் துழாவினேன்... என்னிடம் ஒரே-யொரு இருநூறு ரூபாய் நோட்டு மட்டுமே இருந்தது. அதை எடுத்து அவரிடம் நீட்டினேன்.

"சில்லறையாக இல்லையா?" என்று கேட்டபடியே இரு-நூறு ரூபாய் நோட்டை வாங்கிக்கொண்ட அந்த முதியவர், பாக்கி சில்லரையை எடுத்து எண்ணிக் கொடுப்பதற்குள் ரயில் கிளம்பிவிட்டது.

அந்த வயதானவர் பாவம் சற்று தூரம் ரயிலுடன் ஓடி-வந்தார். ஆனால் அதற்குள் ரயில் வேகமெடுத்து பிளாட்-பாரத்தைத் தாண்டிவிட்டது. சரியான சில்லறை என்னிடம் இருக்கிறதா என்று பார்க்கும் முன்பே காபியை நான் வாங்-கியது என் தவறு என்று எனக்குப் புரிந்தது. இதைப் பார்த்-

துக் கொண்டிருந்த சரஸ்வதி, "அடக் கடவுளே! இவ்வளவு பெரிய முட்டாளாவா இருப்பீங்க? வயசும் அனுபவமும் இருந்து என்ன பிரயோசனம்? என்னிடம் கேட்டிருந்தால் நான் ஹாண்ட்பேக்கில் இருக்கிறதைப் புரட்டி இருபது ரூபாய் எடுத்துக் கொடுத்திருப்பேனே..." என்று பிலுபிலுவென பிடித்துக்கொண்டாள்.

என்னை மட்டம் தட்டுவதற்கு நல்ல சந்தர்ப்பத்தை நானே அவளுக்கு ஏற்படுத்திக் கொடுத்துவிட்டேன். இனி இதையே இவள் அடிக்கடி சொல்லிக் கொண்டிருப்பாள். நான் சப்பைக்கட்டு கட்டும் விதமாக, "ஒருவேளை நான் பணம் கொடுப்பதற்கு முன்னாடி ரயில் புறப்பட்டிருந்தா, பாவம் அவர் நஷ்டப் பட்டிருப்பாருல்ல?" என்றேன்.

"என்னது, அவருக்கு நஷ்டமா? காலைலேருந்து உங்களை மாதிரி ஒரு பத்து பேராவது அவர்கிட்டே இப்படி ஏமாந்திருப்பாங்க...இதை அவர் ஒரு யுக்தியாகவே கடைபிடிச்சு உங்களை மாதிரி ஏமாந்த மூஞ்சிகளுக்கு அவர் நாமம் போட்டுவிடுவார். எல்லோரும் உங்களை மாதிரி நியாயம், தர்மம்னு இருப்பாங்கன்னு மட்டும் நினைக்காதீங்க..."

சக பயணிகள் எங்களை வேடிக்கை பார்த்தனர். எனக்கு வெட்கம் பிடுங்கித்தின்றது. ரயில் கடம்பூர், நாரைக்கிணறு ஸ்டேஷன்களைத் தாண்டி விரைந்தது...

"சரி விடு... இதைப் பெரிசு பண்ணாத..." சரஸ்வதியையும் என்னையும் சமாதானப் படுத்தும் விதமாக சொன்னேன். அவளும் வாயை மூடிக் கொண்டாள்.

சிறிது நேரத்தில் ரயில் தாழையூத்து ஸ்டேஷனில் நுழைந்து நின்றது.

அப்போது, "ஸார் மணியாச்சில ரெண்டு காபி வாங்கிட்டு இருநூறு ரூபாய் நோட்டு கொடுத்தது யாரு?" என்று ஒரு குரல் கேட்டது. குரல் வந்த திசையை நோக்கித் திரும்பினேன். எனக்குள் ஒரு நம்பிக்கைக் கீற்று மின்னியது. நான் காபி வாங்கிய வயதானவர் அங்கே இல்லை. மாறாக ஒரு

பதினைந்து வயது மதிக்கத்தக்க சிறுவன் ஒருவன் ஸ்கூல் யூனியார்மில் புத்தகப் பையுடன் நின்று கொண்டிருந்தான்.

“ஆமாப்பா, அது நான்தான்... ஆனாலும் நான் உன்னிடம் காபி வாங்கவில்லை. அவர் வயதானவர்.”

“உண்மைதான் ஸார். அது என்னோட தாத்தா. அவர்தான் எனக்கு மொபைலில் போன் செய்து S6 பெட்டியில் ஒருத்தருக்கு நீ பாக்கியை தேடிப்போய்க் கண்டுபிடித்து கொடுத்துவிடு...” என்று சொன்னார்.

எனக்கு ஆச்சரியம் தாங்கவில்லை.

“மணியாச்சி ஸ்டேஷனில் இப்படி சில சம்பவங்கள் நடந்துவிடும் ஸார். உடனே தாத்தா எனக்கு போன் செய்து கோச் நம்பரை சொல்லிவிடுவார். நான் ஸ்கூலுக்குப் போகும்போது தினமும் காலை தாழையூத்தில் ரயில் ஏறுவேன். அப்போது அவர்களை தேடிச்சென்று பாக்கியை திருப்பிக் கொடுப்பேன்... ஆனா இன்னிக்கி என்னிடமும் இருநூறு ரூபாய் நோட்டுதான் இருக்கிறது. நீங்க திருநெல்வேலி ஜங்ஷனில் மாத்திக் கொடுங்க...” என்று சொல்லி என்னிடம் இருநூறு ரூபாய் நோட்டை நீட்டினான். நான் வாங்கிக்கொண்டேன்.

சரஸ்வதி தன்னுடைய ஹேண்ட்பேக்கில் இருந்து நான்கு ஐந்து ரூபாய் நாணயங்களைத் துழாவி எடுத்து அவனிடம் கொடுத்தாள்.

“தம்பி நீ படிக்கிறியா?”

“ஆமாம் பத்தாம் வகுப்பு ஸார். சில சமயங்களில் என் தம்பியும் இதுபோல தாத்தாவுக்கு உதவி செய்வான். தாத்தாவுக்கு வீடு மணியாச்சில. எங்கவீடு தாழையூத்துல... “

அப்போது அவன் மொபைல் சிணுங்கியது. “ஆமா தாத்தா, அவரோட பணத்தை இப்பதான் செட்டில் பண்ணேன்.”

எனக்கு உடனே அவன் தாத்தாவிடம் பேசவேண்டும் என்று ஆர்வம் பொங்கியது. சிறுவனிடமிருந்து மொபைலை வாங்கி அவரிடம், “சார் உங்க பேரன் நீங்கள் தரவேண்டிய

பணத்தை செட்டில் செய்துவிட்டான்... நான் உங்கள் செயலைப் பாராட்ட எண்ணிதான் இப்போது பேசுகிறேன்... உங்கள் பேரன்களுக்கு தர்மத்தையும் நேர்மையையும் கடைபிடிக்கும்படி வழிகாட்டிக் கொண்டிருக்கிறீர்களே... அதற்காக நிச்சயம் உங்களைப் பாராட்ட நினைத்தேன்.''

"மகிழ்ச்சி ஸார். நான் எட்டாம் வகுப்புவரைதான் படித்திருக்கிறேன். அந்தக் காலத்தில் பள்ளிப் பாடத்தில் நீதியைப் போதிக்கும் கதைகள் நிறைய இருக்கும். அதனால் நன்மை, தீமை; நல்லது, கெட்டது என்பதற்கான வித்தியாசங்களை நாங்கள் தெரிந்துகொண்டோம். அதுதான் இன்று என்னை நேர்மையாக வழிநடத்திக் கொண்டிருக்கிறது.

"ஆனால் இன்று பள்ளிப் பாடங்களில் இதுபோன்ற நீதிக்கதைகள் இல்லை. நான் என் பேரன்களுக்கு முடிந்தபோது நீதிக்கதைகள் நிறையச் சொல்லுவேன். பிற்காலத்தில் நேர்மையாகவும் நியாயமாகவும் நடக்க அவர்களை அறிவுறுத்துகிறேன்...''

என் முகம் பிரகாசமாவதை சரஸ்வதி கவனித்துக்கொண்டுதான் இருந்தாள். ஆனால் நான் அவளை நேருக்குநேர் பார்த்தபோது முகத்தை பக்கவாட்டில் திருப்பிக் கொண்டாள்.ரயில் திருநெல்வேலி ஜங்க்ஷனுக்குள் நுழைந்தது. அந்தப் பதினைந்து வயதுச் சிறுவன் புத்தகப் பையுடன் அவசர அவசரமாக இறங்கிக் கொண்டிருந்தான்.

என் மனசு இலகுவானது.

15. நம்பிக்கை, நாணயம், நேர்மை; 'நா', நலம்; அறம் பிறழா-நெஞ்சர்!

ஏறக்குறைய, தொன்னூறு ஆண்டுகட்கு முன்பு, மோட்டார் போல டபடபா, பட்பட் என்ற ஓசைகளோடு ஓடும் மோட்டார் சைக்கிளை நகரங்களில் பார்க்கின்ற மக்களுக்கே வியப்பாக விளங்குவது உண்டு என்றால், கிராமத்து மக்களுக்கு எப்படி இருந்திருக்கும் என்று எண்ணிப் பார்ப்பவர்-

களுக்குத்தான், அந்த மோட்டார் சைக்கிளின் அருமையை-
யும், அதைக் கண்டு பிடித்தவரின் பெருமையையும் நாம்
உணர முடியும்.

இந்த மோட்டார் சைக்கிளின் ஒலியை ஒருநாள் துரை-
சாமி தனது ஊர் சாலையில் கேட்டு விட்டுப் பிரமித்து நின்று
விட்டார். அந்த மோட்டார் சைக்கிளில் வந்தவர் ஓர் இங்-
கிலாந்துக்காரர்: பெயர் லங்காஷயர்!

அந்த இங்லிஷ்காரர். அப்போதைய ஆங்கிலேயர் ஆட்-
சியிலே பணியாற்றியவர். நிலங்களை அளந்து வகைப்படுத்-
தும் துறையில் பணிபுரிந்த அதிகாரி அவர். கோவை மாவட்-
டத்தில், கலங்கல் கிராமத்தைச் சுற்றியுள்ள சில ஊர்களில்
உள்ள இடங்களை அந்த மோட்டார் சைக்கிள் மூலமாகச்
சென்று சுற்றிப் பார்த்து விட்டு வரும் வழியில் கலங்கல்
கிராமம் மார்க்கமாக வந்தார்.

அந்தச் சமயத்தில்தான் துரைசாமி அந்த மோட்டார்
சைக்கிள் எழுப்பும் ஓசையையும் பட படப்பையும் முதன்
முதலாக, நேரில் கண்டார்.

முதன் முதல் பார்த்த : மோட்டார் சைக்கிள்! - துரை-
சாமி நடந்து வந்த பாதையில், அந்த மோட்டார் சைக்கிள்
பழுதடைந்து விட்டது. லங்காஷயர் கீழே இறங்கி இஞ்சினில்
என்ன பழுது என்று அவர் பார்த்துக் கொண்டிருந்தார். அப்-
போது அந்த வெள்ளையருக்குக் கொஞ்சம் மண் எண்ணெ-
யும், கந்தைத் துணியும் தேவைப்பட்டது. மோட்டார் சைக்-
கிள் பழுதடைந்த இடம் கலங்கல் ஊராக இருந்தால், வேறு
எவரும் அவற்றைக் கொடுக்க முன் வருவார்கள். ஆனால்,
இந்த இடம், ஊரைத் தாண்டியுள்ள தோட்டப் பகுதிகள்!
எனவே, துரைசாமியிடம் அவற்றைக் கேட்டார் லங்காஷயர்!

துரைசாமி தனது தோட்ட வீட்டுக்குச் சென்று, மண்
எண்ணெயையும், கந்தைத் துணியையும் எடுத்துக் கொண்டு
வந்து அந்த வெள்ளையரிடம் கொடுத்தார்: சைக்கிள் இஞ்-
சினில் அந்த வெள்ளைக்காரர் என்ன பழுது பார்க்கிறார்,
எப்படிப் பார்க்கிறார் என்பதை உற்று நோக்கியவாறே,
கூர்ந்து கவனித்தார். சிறிது நேரத்தில் லங்காஷயர் தனது

மோட்டார் சைக்கிளைச் சரி செய்து விட்டார். அந்த வண்-
டியிலே அவர் ஏறி அமர்ந்து கொண்டு துரைசாமிக்கு நன்-
றியைக் கூறிவிட்டுக் கோவை நகர் சென்றார்.

கூர்ந்துக் கவனித்த, மோட்டார் சைக்கிளின் பழுது
பார்த்த சம்பவம், துரைசாமி மனத்திலே ஆழமாகப் பதிந்து
விட்டதால், இரவும்-பகலும் தானும் மெக்கானிக்காக ஆக
வேண்டும் என்ற எண்ணத்தை அவருக்கு உந்தச் செய்தது.
இதே ஊக்கம்தான், பிற்காலத்தில் துரைசாமி ஒரு பொறியி-
யல் வல்லுநராகும் வாய்ப்பையும் வழங்கியது எனலாம்.

கலங்கல் கிராமத்தையும், தாய் மாமன் கிராமமான
இலட்சுமி நாயக்கன் பாளையத்தையும், தனது தோட்ட வீட்-
டையும்-வயற்பரப்புகளையும் தவிர, வேறு எங்கும் சென்ற-
தில்லை; பார்த்ததில்லை துரைசாமி.

எப்போது பார்த்தாலும் தோட்டமே கதியெனக் கிடந்து
உழன்று கொண்டிருந்த துரைசாமிக்கு, லங்காஷயர் என்ற
அரசு அதிகாரி மேட்டார் சைக்கிளில் வந்து போனதைக்
கண்டதிலிருந்தும், அவரிடம் உரையாடிய மகிழ்ச்சியிலிருந்-
தும் ஒரு புதுமையான மனக் கிளர்ச்சியைத் தூண்டிவிட்டு
விட்டது.

பதினாறு மைல் நடந்தே : கோவை சென்றார்! - துரை-
சாமி தான் பிறந்த நாளிலிருந்து அன்று வரை உந்து வண்-
டியையோ, பேருந்துவையோ, புகை கக்கும் ரயில் வண்-
டியையோ பார்த்ததில்லை, நகரம் என்றால், அது எப்படி
எல்லாம் இருக்கும் என்று அவர் கனவு கூட கண்டதில்லை.
அத்தகைய மனிதரான துரைசாமி யாருக்கும் தெரியாமல்,
கோவை நகருக்குப் புறப்பட்டு ஏறக்குறைய பதினாறு கல்
தூரம் கால் நடையாகவே நடந்து சென்றார்.

கோவை நகர் சென்றதும் - அவர். பார்த்த முதல் அதிச-
யம் புகைவண்டி ரயில்தான். அதன் தோற்றம், ஓடும் விநோ-
தம், சக்கரங்கள் அமைப்பு, விரைவான வேகம், அதன் ஊது
குழலோசை, நிலக்கரி நெருப்பால் எரியும் சக்தி, அது கக்-
கும் புகை, ஓடும்போது எழும் ஒலி ஆகியவற்றை எல்லாம்
அன்று நேரிடையாகவே பார்த்து திகைப்பும். ஒரு வித மன

மயக்கும் கொண்டு அப்படியே அசந்து துரைசாமி மலை போல நின்று விட்டார்.

கோவை நகரிலே உள்ள அழகிய கட்டடங்கள் அமைப்புகளும் வீதிகளில் எரிந்து கொண்டிருக்கும் மின்சார விளக்குகளும், துரைசாமிக்கு ஒரு வித மனக் கிளர்ச்சியை ஊட்டின. கோவை நகர் மக்களின் கில் துணி ஆலை வேலைகளது சுறு சுறுப்புகள், நகரப் போக்கு வரத்துகளின் எழுச்சி வேகங்கள், கார்கள், பேருந்துகள், சைக்கிள்கள், மோட்டார் சைக்கிள்கள், குதிரை வண்டிகள் ஆகியனவற்றின் போக்கு வரத்துக்களின் ஓசைகள் துரைசாமி அறிவுக்கு எழுச்சியையும், புத்துணர்ச்சியையும் அவர் நெஞ்சில் புகுத்தின. இந்தக் காட்சிகளைக் கண்ட துரைசாமி, ஏதேதோ எண்ணியபடியே சாலைகளில் நடந்து கொண்டிருந்தார்.

பசி வந்தால் பத்தும் பறந்து போகும் என்பதற்கேற்ப, நடை தளர்ந்தார். எதையெதையோ சிந்தித்துக் கொண்டு வந்த எண்ணங்கள் எல்லாம் பறந்தோடி விட்டன. வயிற்றைப் பசி நெருப்பு எரிக்க ஆரம்பித்தது. கையிலோ காலனா இல்லை-பாவம் அருகே உள்ள ஓர் உணவு விடுதிக்குள் புகுந்து ஏதாவது ஒரு வேலை கொடுங்கள் என்று, வாலிபனான அவன் தனது கூச்சத்தையும் விட்டு விட்டுக் கேட்டான்.

உணவு விடுதியின் : வேலையில் சேர்ந்தார் - மாதம் மூன்று ரூபாய் சம்பளம்! என்று பேசிக் கொண்டு அந்த ஒட்டலில் வேலைக்குச் சேர்ந்ததால் துரைசாமி தனது பசியைப் போக்கிக் கொண்டார்! நல்ல உணவு கிடைத்ததால், ஏற்றுக் கொண்ட பணியை தனது முதாலளி மனம் கோணாமல் செய்து வந்தார், வேளா வேளைக்குரிய நல்ல சாப்பாடும், இடையிடையே போதிய ஓய்வும் கிடைத்து அதனால், கோவை நகரைச் சுற்றிவரும் வாய்ப்பும் அவருக்கு உண்டானது.

என்ன வியாபாரம் செய்தால் பணம் சம்பாதிக்கலாம் என்ற எண்ணம் துரைசாமிக்கு உதயமாயிற்று. காரணம், ஏற்கனவே பருத்தி வியாபாரத்தில் தந்தையுடன் ஈடுபட்ட

அனுபவத்தால், வியாபாரம் செய்யலாமே என்ற எண்ணம் அவருக்கு வந்தது.

இடையிடையே அவருக்குத் தோன்றிய சில சில்லறை வியாபாரங்களைச் செய்தார். இவ்வாறு ஆண்டுகள் மூன்று உருண்டோடின. தனது செலவுகள் போக 400 ரூபாயைத் துரைசாமி சேர்த்து வைத்திருந்தார்.

இந்த நான்கு நூறு ரூபாயோடு, கலங்கல் கிராமத்தில் தான் சந்தித்த வருவாய்த் துறை அதிகாரியான லங்காஷ-யரைக் கோவையில் தேடிக் கண்டு பிடித்துவிட்டார். அப்-போது, அந்த வெள்ளைக் காரர், செட்டில் மெண்ட் அதி-காரியாகப் பணியாற்றிக் கொண்டிருந்தார்.

மோட்டார் சைக்கிளை : விலைக்கு வாங்கினார்! - ஒரு நாள் காலை, லங்காஷயர் வீட்டுக்குச் சென்ற துரைசாமி, அவரிடம் 400 ரூபாய் பணத்தைக் கொடுத்து. அவரிடம் இருந்த மோட்டார் சைக்கிளை விலைக்குக் கொடுக்கும்படி கேட்டார். அந்த வெள்ளையர் துரைசாமியின் ஆசையை-யும் - ஆர்வத்தையும் கண்டு தனது மோட்டார் சைக்கிளை அவருக்கு விலைக்குக் கொடுத்து விட்டார்.

மோட்டார் சைக்கிளைப் பெற்றுக் கொண்டு வந்த துரை-சாமி, தான் தங்கியிருந்த வீட்டின் முன் புறத்தில் உள்ள தனது வாடகை அறையில், அந்த வண்டியைப் பாகம் பாக-மாகப் பிரித்தார். மறுபடியும் அவற்றை அந்தந்த இடத்-திலேயே கவனமாகப் பூட்டினார். குறும்புகளைச் செய்து கொண்டே பழக்கப்பட்டுப் போன துரைசாமி, இப்போது ஒரு மோட்டார் சைக்கிளைக் கழற்றிப் பழுது பார்த்து, மீண்டும் அதைப் பூட்டி ஓட்டுமளவுக்கு பொறியியல் மெக்கானிக்காக மாறி விட்டார். இதுதானே அறிவின் நுட்பம்?

மெக்கானிக்காக வளர்ந்த துரைசாமி, அந்தத் துறையிலே மனம் கோடாமல் தொடர்ந்து ஈடுபட்டிருந்தால் பெரும் மெக்-கானிக் நிறுவனத்தின் உரிமையாளராக ஆகி இருக்கலாம். ஏனென்றால், மெக்கானிசத்தைத்தான் அவர் தெரிந்து கொண்டாரே! பழக்கப்பட்ட தொழிலாகவும் அவருக்கு இருந்த ஒரு தொழில்லலவா அது?

பஞ்சு வாணிகம் : பணம் நட்டம்! - அதை விட்டு விட்டு, நண்பர்கள் சிலரிடம் சில நூறு ரூபாய்களைக் கடனாகப் பெற்றுக் கொண்டு, ஏற்கனவே தனக்குப் பழக்கப் பட்டத் தொழிலான பஞ்சு வணிகத் தொழிலில் ஈடுபட்டு விட்டார்.

அந்த பஞ்சு வியாபாரத்துக்குப் பணமுதலீடு அதிகம் தேவை. அந்தத் தொகை துரைசாமியிடம் இல்லை. அதனால், சில மாதங்கள்தான் அந்த வியாபாரத்தில் அவரால் தாக்குப் பிடிக்க முடிந்தது. மேற்கொண்டே பணத் தேவையை அவரால் திரட்ட முடியவில்லை; உதவி செய்வாரோ யாருமில்லை. துன்பங்ளையும், பண சச்சரவுகளையும் சமாளிக்க முடியாத துரைசாமி, வியாபாரத்திலே பெருத்த நட்டம் வந்ததால் கையிலே இருந்த பணத்தையும் இழந்து, வாணிகத்தையும் நிறுத்தி விட்டார்.

ஒரு தொழிலில் நட்டம் வந்தால் கூடப் பரவாயில்லை. ஆனால், அனுபவம் தானே பணம்; முதலீடு, அதை மட்டுமே அவர் பெற்றதால், நட்டத்திற்காக வருத்தப் படாமல், தோல்வியே வெற்றிக்குரிய அறிகுறி என்பதை உணர்ந்து கொண்டார் துரைசாமி. பஞ்சு வியாபாரம் நட்டமானதும், கோவைக்கு அருகே உள்ள சிங்காநல்லூர் என்ற இடத்தில் பருத்தியிலே இருந்து விதைகளைப் பிரித்தெடுக்கும் ஆலைகள் இருப்பதைக் கேள்விப்பட்டு அங்கே வந்தார் துரைசாமி.

அந்த ஆலை ஒன்றில், மாதம் பன்னிரெண்டு ரூபாய் சம்பளத்திற்கு துரைசாமி வேலைக்குச் சேர்ந்தார். அந்த முதலாளியின் நிருவாகம், கண்டிப்பு வேலை வாங்கும் ஒழுங்கு ஆகியவை அவருக்கு மன நிறைவை மட்டுமன்று, எதிர் காலத்தில் இவற்றை நாம் ஒழுங்காகப் பின்பற்றி நடந்தால் நல்ல நிருவாகம் செய்யும் திறமையைப் பெற முடியும் என்று துரைசாமி நம்பினார்.

பஞ்சு ஆலையில் வேலை! 12 ருபாய் சம்பளம்! - துரைசாமியின் கடமை உணர்வுகள், எஜமான விசுவாசும், வேலைத் திறமை, ஆகியவற்றை நன்கு புரிந்து கொண்ட அந்த ஆலை முதலாளி, அவரைப் பஞ்சை நிறுத்து எடை

போடும் பிரிவில் வேலை செய்பவர்கட்கு தலைமைப் பொறுப்பாளராக நியமித்தார்.

இதில் குறிப்பிடத் தக்க சிறப்பு என்ன தெரியுமா? காய்ந்த மாடு கம்பங் கொல்லையில் புகுந்து கன்னா பின்னா என்று மென்று பயிரை நாசமாக்கும் நிலைபோலல்லாமல், துரை-சாமி வேலையில் சேரும் போதே தனது முதலாளியிடம், 'ஐயா, நான் இரண்டாண்டு காலம்தான் வேலை பார்ப்பேன். அதற்கு மேல் பணியாற்ற மாட்டேன். என்ன சம்மதமா ஐயா!' என்ற ஒப்புதலைக் கேட்டுப் பெற்ற பிறகே அவர் அந்த ஆலையில் பணிக்கமர்ந்தார்.

தந்தையும் - மகனும் : சந்தித்தாங்கள்: இவ்வாறு துரை-சாமி பணியாற்றிக் கொண்டிருக்கும்போது, துரைசாமியின் தந்தையார் தனது தோட்டத்தில் விளையும் பருத்தியிலே இருந்து கொட்டையை நீக்கிட அதே ஆலைக்கு வந்தார். காரணம், கோபால்சாமி நாயுடு அடிக்கடி அந்த ஆலைக்கு வந்து போவதும் வழக்கமாகும்.

ஆலையில் பஞ்சு எடை போட்டு நிறுக்கும் தலைமை எடையாளர், யார் எடை போட வந்தாலும் அவர்களது பருத்தி எடையில் பாரத்துக்கு ஐந்து ராத்தல் குறைத்துப் போட வேண்டும்.

இந்த விதி சிங்காநல்லூரில் உள்ள எல்லா ஆலைகளி-லும் பொதுவாகக் கடைப்பிடிக்கப்பட்டே வந்தது. இந்த எடை போடும் வேலையிலும், கலக்கிலும் துரைசாமி மிகத் திறமை-யாகவும், நாணயத்தோடும் நடந்து வந்த தொழில் ஒழுக்கம்; அவரது முதலாளிக்கு மிகவும் பிடித்திருந்ததால், துரைசாமி அங்கு எல்லோராலும் நன்கு மதிக்கப்பட்டார் என்பது குறிப்-பிடத் தக்க சம்பவமாகும்.

கோபால்சாமி நாயுடு, அதாவது துரைசாமியின் தந்தை; ஒரு நாள் பருத்திப் பொதிகளை அந்த ஆலையிலே கொட்டை நீக்கி எடைபோட வந்தார். தனது மகன் அங்கே தலைமை எடையாளராகப் பணியாற்றுவதைக் கண்டு அவர் மிக்க மகிழ்ச்சி அடைந்தார்.

பருத்தியை எடை போட்டபோது, தந்தை கோபால்சாமி நாயுடு தனது மகன் துரைசாமியைப் பார்த்து, “எனக்கும் அதே விதிதானா? முதலாளியிடம் சொல்லக் கூடாதா?” என்றார்.

துரைசாமி தனது தந்தையைப் பார்த்து. ‘உங்களுக்கு... அதே விதியன்று: பாரத்துக்குப் பத்து ராத்தல் குறைக்கப்படும்’ என்று கண்டிப்பாகக் கூறிவிட்டார். உடனே கோடால்சாமி முதலாளியிடம் சென்று,‘நடந்ததைக் கூறினார். அதற்கு அந்த எசமான், துரைசாமி சொன்னால் சொன்னதுதான்! அதுவும உங்களுடைய விவகாரத்தில் உங்களுடைய மகன் சொன்னதும் சரிதான்’ என்றார். மகன் செய்த செயல் நேர்மையானதுதான்; அவனைக் கேட்டது தவறு. அதனால்தான் தகப்பன் என்ற உறவுக்காக பத்து ராத்தல் குறைத்து எடை போட்டிருக்கிறான் என்று எண்ணி, மகனது நேர்மையைப் பாராட்டி மகிழ்ந்தார்.

வேலையில் சேரும்போது துரைசாமி தனது முதலாளியிடம் ஓர் ஒப்பந்தம் செய்திருந்தார் அல்லவா? அந்தக்கெடு வந்துவிட்டது.

ஒரு நாள் இரவு, சிங்காநல்லூர் முக்கிய சாலை ஒன்றில் முதலாளி தனது நண்பருடன் பேசிக் கொண்டிருந்தபோது, துரைசாமி தனது ஏசமாரிடம் சென்று: தான் பணி செய்யும் ஆலைப் பிரிவின் திறவுகோலைக் கொடுத்து. “ஐயா, இன்றுடன் நமது இரண்டாண்டுக் கால வேலை ஒப்பந்தம் முடிந்துவிட்டது. இனி, தங்களது ஆலையில் பணி புரியமாட்டேன். தயவு செய்து எனக்கு விடுதலை கொடுங்கள்” என்று துரைசாமி கேட்டார். நண்பரிடம் பேச்சை முடிக்காமல் முதலாளி இருந்தபோது, துரைசாமி கூறிய வார்த்தையைக் கேட்டுத் திகைத்தார்! ஆனால், துரைசாமி எதுவும் எசமானரிடம் அதற்கு மேல் சொல்லாமல் விர்றென்று சென்று விட்டார்.

சிங்கா நல்லூர் பருத்தி ஆலையில் துரைசாமி பெற்ற அனுபவத்தைக் கொண்டு திருப்பூர் நகரில் சொந்த பருத்தி

ஆலை நடத்துவது என்ற முடிவுக்கு துரைசாமி வந்தார். ஆலை என்றால் அதற்கான இடம், பணம் வேண்டுமல்-லவா?

மூடநம்பிக்கையைத் : தகர்த்த வாலிபர்! - தனது நண்பர்-களிடம் தேவையான பணம் பதினேழு ஆயிரம் ரூபாயைத் துரைசாமி கடனாகப் பெற்றார். ஆலை அமைக்க இடம் எங்கே கிடைக்கும் என்று தேடினார். கிறித்துவப் பாதிரியா-ருக்குச் சொந்தமான ஓர் இடம் விலைக்கு வந்தது. அக் காலக் கிறித்தவர்களிடம் ஒரு பாவம் குடி கொண்டிருந்-தது. என்ன அது தெரியுமா? கிறித்தவப் பாதிரிமார்களுக்-குச் சொந்தமான இடத்தை விலைக்கு வாங்க மாட்டார்கள். அதில் வீடு கட்டி இந்துக்கள் குடியேறவும் மாட்டார்கள். அதாவது, அது பாவச் செயல் என்று மக்களால் எண்ணப்-பட்டதே அதற்குக் காரணமாகும்.

ஆனால், துரைசாமி இது மாதிரியான மூட நம்பிக்கைக் கொள்கைகளை எல்லாம் தூக்கி எறிபவர். அதனால், அந்-தக் கிறித்துவப் பாதிரியின் இடத்தை விலைக்கு வாங்கினார். நகராண்மைக் கழகத்தின் அனுமதி இல்லாமலேயே ஆலைக்குரிய கட்டடத்தைக் கட்டினார்.

நகராட்சி அதிகாரிகள் துரைசாமி மீது வழக்குத் தொடுத்-தார்கள். கட்டடம் முடியும் வரை அவர் அதிகாரிகளுக்குத் தெரிந்தும் - தெரியாமலும் காலம் கடத்தி வந்தார். கட்டட-மும் முடிந்தது. அதே நேரத்தில் நகராட்சியிடம் அனுமதியும் பெற்றுவிட்டார். பருத்தி ஆலையும் நடக்கத் தொடங்கியது. இவையெல்லாம், துரைசாமியின் முன்கூட்டியே திட்டமிடப்-பட்ட தொழில் வியூகமாக விளங்கியது. முதல் உலகப் போர் அப்போது துவங்கப்பட்டு நடந்து கொண்டிருந்த நேரமாத-லால், பருத்தித் துணிகளுக்கு நல்ல விலையும், கிராக்கி-யும் இருந்தது. போர்க் காரணத்தால் பஞ்சாலைத் தொழில் வளமாக வளர்ந்து வந்தது!

1919-ஆம் ஆண்டில் உலக முதல் போர் முடிந்து விட்-டது. இதனால், துரைசாமி ஆரம்பித்த பஞ்சாலையும் நிறைய லாபம் கொடுத்தது. 1919-ஆம் ஆண்டில் மட்டும்

அவருக்கு ஒன்றரை லட்சம் ரூபாய் லாபம் வந்துள்ளது.

கோவை பஞ்சாலை வேகமாகவும், விறுவிறுப்பாகவும் நடை பெற்று வந்ததாலும், லாபம் அதிகமாகக் கிடைத்ததா-லும், பணச் செல்வாக்கும், அதனால் அவருக்குரிய சொல் வாக்கும் நாளும் வளர்பிறைபோல வளர்ந்து வந்தக் காரா-ணத்தால், துரை சாமி கோவை மாவட்டத்துப் பணக்காரர்க-ளிலே ஒருவராகத் திகழ்ந்தார்.

கோவை நகரின் : தொழிலதிபர் ஆனார்: இந்திய தேசி-யக் காங்கிரஸ் பேரியக்கக் கூட்டங்களோ, மாநாடுகளோ, ஆண்டு தோறும் எங்கு நடைபெற்றாலும், வருகின்ற சிறப்பு அழைப்பை அவமதிக்காமல் அங்கே பார்வையாளராகச் சென்று அவர் கலந்து கொள்வார்! எடுத்த எடுப்பிலேயே ஒரு வியாபாரத்தில் துரைசாமிக்கு ஒன்னரை லட்சம் ரூபாய் லாபமாக வந்த பின்பு, அந்த ரூபாயை வைத்துக் கொண்டு என்ன செய்வது என்று அலைமோதிய சிந்தனையாளரானார் அவர். எனவே, ஏதாவது வியாபாரம் செய்யலாமே என்ற நோக்கில் பம்பாய் மாநகர் சென்றார் துரைசாமி!

அன்றைய பம்பாய் எனப்படும் இன்றைய மும்பை மாந-கர்க்குச் சென்ற துரைசாமி, பஞ்சு வியாபாரம் நடத்திப் பொருள் திரட்ட ஓடியாடி அலைந்தார். இவ்வாறாக, தேவையான செலவுகளுக்கும், உணவு, உடை, உறையுள் ஆகியவற்றுக்கும், அவர் கையிலே இருந்த ஒன்னரை லட்-சம் ரூபாயும் செலவாகிவிட்டது! இரண்டாவது தடவையாக துரைசாமி நடத்திய பஞ்சு வாணிகத்திலும் அவர் வெற்றி பெற முடியாமல் போயிற்று. என்ன செய்வது?

வாணிகம் தோல்வி! ஒன்றரை லட்சம் நட்டம்! - யார் எங்கே நடந்தாலும் அவரவர் நிழல் அவர்களைப் பின் தொடர்ந்து வருவதைப்போல, முதலாளியாக துரைசாமி மும்பை சென்றவர், மறுபடியும் தமிழ் நாட்டுக்குத் திரும்பும்-போது, பழைய துரைசாமியாகவே வந்து சேர்ந்தார்!

திருப்பூரில் துரைசாமி துவங்கிய பஞ்சு ஆலையை, அதன் வாணிகம் விழுங்கி ஏப்பம் விட்டு விட்டது. அதனா-லும், அவருக்கு எவ்விதப் பயனும், பலனும் இல்லாமல்

போய் விட்டது. என்ன செய்யலாம் என்ற எதிர்காலச் சிந்-
தனையில் துரைசாமி மூழ்கினார்.

0

அன்பு, நேர்மை, பொறுமை
    ஆகியவற்றை தவிர வேறொன்றுமே
    நமக்குத் தேவையில்லை.
    அன்பு தான் வாழ்க்கை ஆகும்.
    – சுவாமி விவேகானந்தர்

நேர்மை என்பது ஒருவர் உண்மைக்கு மாறாக அல்லது
பிழைக்கு ஆதரவாக அல்லாமல் நேர்வழியில் நடந்துகொள்-
ளும் அல்லது செயல்படும் தன்மையை வெளிப்படுத்தும்
மனித குணயியல்பு தொடர்பான ஒரு சொல்லாகும். குறிப்-
பாக ஒருவரின் "நேர்மை" என்பதனை ஒருவரின் உருவ
அமைப்பை வைத்தோ, கல்வி அறிவை வைத்து, தொழில்
அல்லது இருக்கும் பதவியை வைத்தோ மதிப்பிட முடியாது.
காரணம் "நேர்மை" என்பது ஒருவர் நடந்துகொள்ளும்
குணயியல்பை பொறுத்து தானாகவே வெளிப்படும் தன்மை
கொண்டது. "நேர்மை" என்பதனை இன்னொருவகையில்
கூறுவதாயின் உண்மையின் வழியில் நேராக நடந்துகொள்-
ளலைக் குறிக்கும்.

அதேவேளை ஒருவர் தெரிந்தோ அல்லது தெரியாமலோ
சரியானது என கருதிய ஒன்று தவறு என அறிந்து-
கொள்ளும் போது, தனது தவறை மனதளவிலேனும் ஏற்று
திருத்திக்கொண்டு, நேர் வழியில் நடக்கும் தன்மையையும்
"நேர்மை" எனக்கொள்ளப்படும். "நேர்மை" ஒரு மதிக்கத்-
தக்க குணயியல்பின் வெளிப்பாடு.

"ஒருவனுக்கு ஏராளமான ஆஸ்தி இருந்தாலும் அது
அவனுக்கு வாழ்வைத் தராது." —— லூக்கா 12:15.

வாழ்க்கையில் வேலை செய்து சம்பாதிப்பது அவசியம்.
சொல்லப்போனால், நம்மையும் குடும்பத்தையும் கவனிக்க

வேண்டியது கடவுள் கொடுத்த பொறுப்பு.——1 தீமோத்தேயு 5:8.

ஆனால், தேவைக்கு மிஞ்சி சம்பாதிக்க வேண்டுமா? பணம் சம்பாதிப்பதுதான் வாழ்க்கையில் உங்கள் லட்சியமாக இருக்கிறதா? பணம், பொருள் சம்பாதிப்பதில் குறியாக இருப்பவர்கள் நேர்மையற்ற வழியில் சுலபமாகச் சென்றுவி-டுகிறார்கள். ஆனால்,

அது தோல்வியில் கொண்டுபோய் விடும் என்பதை கடைசியில்தான் புரிந்துகொள்கிறார்கள். அதுமட்டுமல்ல, பண ஆசை பலவிதமான வேதனைகளைக் கொண்டு வரும் என்று பைபிளும் சொல்கிறது.——1 தீமோத்தேயு 6:9, 10.

இப்போது நான்கு பேருடைய உதாரணங்களைக் கவனிக்-கலாம்; பணம் மட்டுமே நமக்கு வெற்றியைத் தராது என்-பதை அவை உங்களுக்குச் சொல்லும்.

சுய மரியாதை - சில வருஷத்துக்கு முன்னால நான் ஒருத்தர சந்திச்சேன். அவர் பத்து லட்சம் டாலருக்கு இன்ஷ்யூரன்ஸ் பாலிசி எடுக்கணும்னு சொன்னாரு. அந்த பாலிசிய அவர் எடுத்தா எனக்கு ஆயிரக்கணக்கில கமிஷன் கிடைக்கும். ஆனா, அந்த கமிஷன்ல பாதிய நான் அவருக்குக் கொடுத்தாதான் அவர் இந்த பாலசிய எடுப்-பேன்னு சொன்னாரு. அவர் அப்படிச் சொன்னது நியாயமே இல்ல, அது சட்ட விரோதமானதும்கூட. அதை அவர்கிட்ட நேரடியா சொல்லிட்டேன்.

"இது தப்புனு புரிய வைக்கிறதுக்காக அவர்கிட்ட இப்படி கேட்டேன்: 'நீங்க சொல்ற மாதிரி செஞ்சா அது மோசடி தானே! இப்படி மோசடி பண்ற ஒருத்தர்கிட்ட உங்களோட சொந்த விஷயங்கள, பணம் சம்பந்தப்பட்ட விஷயங்கள எல்லாம் சொல்வீங்களா?' அதுக்கப்புறம்,...நான் ஏன் இதை செய்ய மாட்டேங்கறத அவர்கிட்ட தெளிவா சொன்னேன். 'யோசிச்சு பாருங்க, என்கிட்ட பாலிசி எடுக்கணும்னு விரும்-புனா எனக்கு போன் பண்ணுங்க'னு சொன்னேன். அதுக்-கப்புறம் அவர்கிட்டயிருந்து எந்த பேச்சு மூச்சும் இல்ல.

"நான் மட்டும் 'சரி'னு சொல்லியிருந்தா, ஒரு கிறிஸ்-
தவனா இருக்கிறதுல அர்த்தமே இருந்திருக்காது. அதுமட்-
டுமா, என்னோட நேர்மை, சுய மரியாதை எல்லாம் என்ன
ஆகியிருக்கும்! அவரோட மோசடி திட்டத்துக்கு உடந்தையா
இருந்திருந்தா நான் அவரோட கைப்பாவையா ஆகியிருப்-
பேன்."——டான், அமெரிக்கா.

மன நிம்மதி - முதல் கட்டுரையில் குறிப்பிடப்பட்ட
டேனிக்கும் இதுபோன்ற சோதனை வந்தது. அந்தத்
தொழிற்சாலையின் பொருள்கள் தரமானது என்று டேனி
பொய் சொல்வதற்காகப் பெரும் தொகையை மானேஜர்
லஞ்சமாகக் கொடுத்தார். ஆனால், அவர் என்ன செய்தார்?

"அந்த மானேஜர் எனக்கு விருந்து கொடுத்து கவனிச்ச-
துக்கு நன்றி சொன்னேன். ஆனா, பணத்தை வேண்டாம்னு
சொல்லிட்டேன். அவர் விடவே இல்ல. உங்களோட கம்-
பெனி எங்ககிட்ட கான்ட்ராக்ட் எடுத்தா, இன்னும் நிறைய
பணம் தர்றேனு சொன்னாரு. அவர் எவ்ளோ வற்புறுத்தியும்
நான் வாங்கவே இல்ல.

"அந்தப் பணத்தை மட்டும் நான் வாங்கியிருந்தா, மாட்-
டிக்குவோமோனு நினைச்சு பயந்து பயந்து வேலை பார்க்க
வேண்டியிருந்திருக்கும். ஒரு நாள், என் முதலாளிக்கு எப்ப-
டியோ இந்த விஷயம் தெரிஞ்சிடுச்சு. தப்புதண்டா செய்யாம
இருந்தத நினைச்சு எனக்கு சந்தோஷமா, நிம்மதியா இருந்-
துச்சு. நீதிமொழிகள் 15:27-தான் எனக்கு ஞாபகம் வந்-
தது: 'பொருளாசைக்காரன் தன் வீட்டைக் கலைக்கிறான்;
பரிதானங்களை [அதாவது லஞ்சத்தை] வெறுக்கிறவனோ
பிழைப்பான்.'"——டேனி, ஹாங் காங்.

குடும்ப சந்தோஷம் - "நான் கட்டடம் கட்டும் தொழில
சொந்தமா நடத்திட்டு வர்றேன். இந்தத் தொழில்ல வாடிக்-
கையாளர்கள நல்லா ஏமாத்த முடியும், வரி கட்டாம தப்-
பிக்க முடியும். ஆனா, நேர்மையா இருக்கணுங்கறதுதான்
என்னோட தீர்மானம். அதனால, எனக்கும் என் குடும்பத்-
துக்கும் நிறைய நன்மை கிடைச்சிருக்கு.

“தொழில்ல மட்டும் இல்ல, வாழ்க்கையில எல்லா விஷயத்திலயும் நேர்மையா இருக்கணும். கடவுளோட நியமங்கள விட்டுக்கொடுக்காம நேர்மையா இருப்பீங்கனு உங்க கணவனோ மனைவியோ தெரிஞ்சுக்கும்போது ஒருத்தருக்கொருத்தர் நம்பிக்கை அதிகமாகும். பாதுகாப்பாவும் உணருவீங்க.

“பணத்த வெச்சு ஒரு பெரிய கம்பெனியே நீங்க விலைக்கு வாங்கலாம். ஆனா, பிரச்சினை இல்லாத நிம்மதியான குடும்ப வாழ்க்கைய வாங்க முடியாது. ஒரு யெகோவாவின் சாட்சியா நான் பைபிளின்படி வாழ முயற்சி செய்றேன்; அதனாலதான் சமநிலையோடு வாழ முடியுது. பணம், பணம்னு அலையாம இருக்கிறதுனால என் குடும்பத்தோட சந்தோஷமா நேரம் செலவிட முடியுது.”—டார்வின், அமெரிக்கா.

கடவுளோடு பந்தம் - “கம்பெனிக்குத் தேவையான பொருள்கள வாங்குறதுதான் என்னோட வேலை. சேல்ஸ் ஏஜென்டுகள் சிலசமயம், பொருள்கள முழு தள்ளுபடி விலையில கம்பெனிக்குக் கொடுக்க மாட்டாங்க. அதுக்கு பதிலா, அந்தப் பொருளுக்காக எங்க கம்பெனி அவங்களுக்கு தர்ற பணத்துல ஒரு குறிப்பிட்ட சதவீதத்த என் கையில கொடுப்பாங்க. ஆனா நான் வாங்கிக்க மாட்டேன். இது என் கம்பெனி பணத்த திருடுற மாதிரி இருக்கும்.

“எனக்கு சம்பளம் ரொம்ப கொஞ்சம்தான்; அதனால, அந்தப் பணத்த வாங்கியிருக்கலாம். ஆனா, சுத்தமான மனசாட்சி பறிபோயிடுமே, கடவுளோடு உள்ள என் பந்தம் முறிஞ்சிடுமே. அதனால, வேலைன்னு வந்துட்டா பைபிளில் எபிரெயர் 13:18-ல இருக்கிற வார்த்தைகள மனசுல வெச்சுக்குவேன்: ‘எல்லாவற்றிலும் நேர்மையாக நடக்கவே நாங்கள் விரும்புகிறோம்.’”

நேர்மையாகத் தொழில் நடத்த சில நியமங்கள் - தொழில் தர்மம் இடத்துக்கு இடம் வேறுபடுகிறது. இருந்தாலும், இதைப் பற்றி பைபிள் குறிப்பிடுகிற நியமங்கள்

மாறுவதே இல்லை. ஆகவே, அந்த நியமங்களை ஆதார-மாக வைத்து தீர்மானங்கள் எடுப்பது நல்லது. நேர்மையாகத் தொழில் நடத்த உதவும் ஆறு அம்சங்களைக் கவனியுங்கள்:

உண்மை - நியமம்: "ஒருவரிடம் ஒருவர் பொய் சொல்-லாதிருங்கள்."——கொலோசெயர் 3:9.

சொல்தவறாமை - நியமம்: "நீங்கள் 'ஆம்' என்று சொல்வது 'ஆம்' என்றே இருக்கட்டும், 'இல்லை' என்று சொல்வது 'இல்லை' என்றே இருக்கட்டும்."——மத்தேயு 5:37.

நம்பிக்கை

நியமம்: "அடுத்தவனின் இரகசியத்தை வெளியில் கூறாதே."——நீதிமொழிகள் 25:9, ஈஸி டு ரீட் வர்ஷன்.

நியமம்: 'பரிதானம் [அதாவது, லஞ்சம்] வாங்காதிருப்-பாயாக; பரிதானம் பார்வையுள்ளவர்களைக் குருடாக்-கும்.'——யாத்திராகமம் 23:8.

நியமம்: "மற்றவர்கள் உங்களுக்கு எதையெல்லாம் செய்ய வேண்டுமென்று விரும்புகிறீர்களோ, அதையெல்லாம் நீங்க-ளும் அவர்களுக்குச் செய்ய வேண்டும்." மத்தேயு 7:12.

நியமம்: "யாருக்கு வரி செலுத்த வேண்டுமோ அவருக்கு வரி செலுத்துங்கள்."——ரோமர் 13:7.

தொழிலில் எப்போதும் நேர்மையாய் இருக்க...

● எது முக்கியமெனத் தீர்மானியுங்கள். உதாரணத்திற்கு, பணம், பொருள் சம்பாதிப்பது முக்கியமா, கடவுளோடுள்ள பந்தத்திற்கு பங்கம் ஏற்படாமல் பார்த்துக்கொள்வது முக்கி-யமா என்பதைத் தீர்மானியுங்கள்.

● முன்கூட்டியே திட்ட மிடுங்கள். உங்கள் நேர்மைக்கு சவால்விடும் சூழ்நிலைகள் எவையென யோசித்துப் பார்த்து, அவற்றை எப்படிச் சமாளிக்கலாமென முன்கூட்டியே திட்ட-மிடுங்கள்.

● தீர்மானத்தைத் தெரிவித்துவிடுங்கள். தொழிலைத் தொடங்குவதற்கு முன்பே, அதில் சம்பந்தப்பட்ட ஆட்களி-டத்தில் உங்கள் தீர்மானத்தைச் சாதுரியமாகச் சொல்லுங்கள்.

● மற்றவர்களின் உதவியை நாடுங்கள். குறுக்கு வழியில் போக வேண்டுமென்ற எண்ணம் வந்தால் உங்களைப் போலவே நேர்மையாய் நடக்கிற ஒருவரிடம் ஆலோசனை கேளுங்கள்.

மன நிறைவான வாழ்க்கை என்பதே இன்றைக்கு பலரின் கனவாக உள்ளது. எப்படியாவது வாழ்க்கையில் உயர்ந்துவி-டமாட்டோமா? எதாவது ஒரு வழி கிடைக்காதா? என ஏங்-கும் இளைஞர்கள் பலர் உள்ளனர். ஆனால் அவர்களிடம் கொள்கை பிடிப்பு என்பது பெயரளவில் கூட இல்லை என்-பதே நிதர்சனமான உண்மை. கொள்கை பிடிப்பும், இலட்சி-யத் தெளிவும், கொண்ட கடமையில் மாறாத பற்றும், தளரா நெஞ்சுறுதியும், எதற்கும் பணியாத தன்னம்பிக்கையும் ஒன்றி கிடைக்கப் பெற்றால், இயலாதது ஏதும் இவ் வையத்தில் இருந்துவிட முடியாது என்பதற்கு பல உதாரணங்கள் உண்டு. அத்தகுப் பாற்கடலின் ஒரு துளிதான் இது.

ஒரு முறை டிவிஎஸ் பேருந்து முதலாளியின் மகன் அந்த பேருந்தில் பயணம் செய்தபோது அவரிடம் பயணச்சீட்டு எடுக்க அந்த பேருந்தின் நடத்துனர் வந்த போது டிவிஎஸ் முதலாளியின் மகன் மிகவும் கோபப்பட்டாராம்.

நான் இந்த பேருந்து முதலாளியின் மகன் என்பது உனக்குத் தெரியுமா? என்று கேட்டவரிடம் அந்தச் சாதாரண நடத்துனர் மிகவும் அமைதியாக சொன்னாராம் "தெரியும் அய்யா, ஆனால் பேருந்தில் பயணம் செய்யும் அனைவரிட-மும் பயணச்சீட்டு வாங்க வேண்டும் என்பது எனக்கு வழங்-கப்பட்ட சட்டம். பயணச்சீட்டு வாங்காவிட்டால் தங்களை இங்கேயே இறக்கி விட வேண்டியிருக்கும்", என்ற நடத்துன-ரிடம் கோபமாக பயணச்சீட்டு வாங்கிவிட்டு பயணம் செய்-தாராம் அந்தப் பேருந்து நிறுவனத்தின் முதலாளி மகன்!

நடந்த விஷயங்களைக் கேள்விப்பட்ட டிவிஎஸ் முதலாளி மிகுந்த கோபத்தோடு அந்த நடத்துனரை நாளை அலுவ-லகத்தில் வந்து என்னைப் பார்க்கச் சொல்லுங்கள் என்று உத்தரவிட்டார்.

அன்று இரவு மிகவும் கவலையோடு வீட்டுக்கு வந்த அந்த நடத்துனர், தனது தாயின் மடியில் தலை சாய்த்துக்-கொண்டு "நாளை முதல் எனக்கு இந்த வேலையும் போய்-விடும்", என்ற மகனிடம் அந்த தாய் இப்படிச் சொன்னார். "மகனே எந்த நிலை வந்தாலும் கடமையை நேர்மையாகச் செய், மற்றதைக் கடவுள் பார்த்துக்கொள்வார் என்றார்."

மறுநாள் மிகுந்த பயத்தோடு முதலாளியின் அறைக்கு சென்ற அந்த நடத்துனரை மிகவும் அன்பாகத் தன்னோடு அணைத்துக்கொண்ட டிவிஎஸ் முதலாளி "இன்றிலிருந்து என் பேருந்து கம்பெனியின் சோதனை ஆய்வாளராக (செக்கிங் இன்ஸ்பெக்டர்) உங்களை நியமிக்கிறேன்! முத-லாளியின் மகன் என்றுகூட பயப்படாமல் உனது கடமை-யைச் சரியாகச் செய்த உங்களைப் போன்றவர்கள் தான் இங்கே அதிகாரியாக இருக்க வேண்டும்" என்ற போது தனது தாயின் வார்த்தைகள் எத்தனைப்பெரிய வேதம் என்று மகிழ்ந்த அவர் பின்னாளில் பல பேருந்து நிறுவனங்களுக்கு முதலாளியானார்.

ஆளைப் பார்த்து வேலை செய்வதும், அதிகாரங்களைக் கண்டு நேர்மையைக் கைவிடுவதும் அல்லது கண்டுகொள்-ளாமல் நமக்கென்ன நம்ம குடும்பம் வாழ்ந்தால் போதும் என்று அவர்களுக்குக் கும்பிடுபோட்டு வேலை செய்கிறவர்-கள் சுயநலவாதிகள். கோடிகோடியாக பணம் இருந்தாலும் வானளாவிய அதிகாரங்கள் இருந்தாலும் உள்ளுக்குள் நிம்-மதியை இழந்து வாழும் பரிதாபத்துக்குரியவர்கள்.

நேர்மையே முன்னேற்றத்திற்கு வழி

நேர்மையாக வாழ்வதில் சிரமம் இருக்கதான் செய்யும். இருப்பினும் மனதில் துணிவுடன் இருந்தால் நேர்மையாக வாழ்ந்து முன்னேற்றத்திற்கு வழி காணலாம்.

இன்று ஒழுக்கம், நேர்மை இவற்றைக் காணுவது என்பது அரிதாகவே உள்ளது. ஒழுக்கம், நேர்மை உடையவர்கள் பரிதாபத்திற்குரியவர்களாகப் பார்க்கப்படுகிறார்கள். அவர்க-ளுக்கு உரிய அங்கீகாரம் கிடைக்கப் பெறுவதில்லை. மாறாக வெறுத்து ஒதுக்கப்படுகிறார்கள். பணம் கொடுத்தால் பொய்

சாட்சி சொல்வது, பிறர் சொத்தை அபகரிக்க நினைப்பது, ஒரு பொய்யையே பலமுறை சொல்லி அதை உண்மை- யாக்குவது, சுயநலத்தோடு வாழ்வது போன்றவை நல்ல சமுதாயத்திற்கு அடையாளமல்ல. தீய செயல்கள் செய்ப- வர்களிடையே இருக்கும் ஒற்றுமை நேர்மையானவர்களிடம் காணப்படுவதில்லை.

காரணம் நேர்மையானவர்கள் சிலராகி, நேர்மையற்ற- வர்கள் பலராகி விட்டதுதான். இத்தகையவர்களுக்குத்தான் சமுதாயத்தில் பயம் கலந்த மரியாதை கொடுக்கப்படுகிறது. இதனால், நேர்மையான எண்ணம் கொண்டவர்கள் பயந்து விலகி விடுகிறார்கள். நல்லவர்கள் தீமையை எதிர்த்து சண்- டையிடுவது அரிது. ஏனெனில் அதனால் வெற்றியைவிட அவர்களுக்கு அவமானம் தான் மிஞ்சும். நேர்மையாக இருப்பவர்களுக்கே நெருக்கடி, அச்சுறுத்தல் கொடுக்கப்- படுகிறது. நேர்மை உறங்கும்போது அநியாயம் விழித்தெழும் என்பது தான் காலம் காட்டும் உண்மை.

பெற்றோர்களிடம் நேர்மை இருந்தால் தான் பிள்ளைக- ளிடமும் நேர்மை இருக்கும். முன்னேற வேண்டும் என்ற விருப்பம் உடையவர் முதலில் நேர்மையானவராக இருக்க வேண்டும். பிறர் பொருளின் மீது ஆசை கொள்ளாதவராக இருக்க வேண்டும். நேர்மையற்றவர்களின் உள்ளம் எதிர்கா- லத்தையே அழித்து விடும்.

பணம் இல்லாதவனுக்கு பணம் சம்பாதிப்பதுதான் வெற்றி. ஆனால் பணம் இருந்தும் அதை அனுபவிக்க முடியாமல் நோயால் அவதிபடுபவருக்கு அதிலிருந்து மீண்டு, ஆரோக்- கியமாக வாழ்வதுதான் வெற்றி. இப்படி ஒவ்வொருவருக்கும் வெற்றி என்பது அவர்களிடம் இல்லாத ஒன்றை தேடி ஓடு- வதே என்றாகி விடுகிறது. ஆனால் எல்லோருக்கும் பொது- வான ஒரு வெற்றி இருக்கிறது. அது வாழ்க்கையில் நிறை- வாக வாழ்வது, அடுத்தவருக்கு வழிகாட்டியாய் இருப்பது, பிற உயிர்களை மதிப்பது அவற்றுக்கு துன்பம் தராமல் இருப்பது, ஆக மொத்தம் சந்தோஷமாக வாழ்வதற்கும், வெற்றிகரமான வாழ்க்கை இருப்பதற்கும் நேர்மை அவசியம்.

நேர்மையாக வாழ நம்மை தயார்படுத்தி கொள்வது அவசியம்.

உடலும், மனதும் தூய்மையாக இருப்பின் நாம் நினைக்கின்ற எந்த காரியத்தையும் செய்து முடிக்கும் வலிமையும், வழியும் தானாக பிறக்கும்.

சிலர் தனியாக தொழில் செய்து அது நஷ்டமடையும்போது, தன்னைத்தானே நொந்துகொள்வார்கள். நமக்கு நேரம் சரியில்லை, எல்லாம் என் தலைவிதி, எனக்கு எதுவும் சரியாக அமையாது என்று புலம்புவார்கள். இப்படி புலம்புவது எந்த வகையிலும் சரியாகாது. இது மனதிற்கு இன்னும் சோர்வையே ஏற்படுத்தும். இன்னொருமுறை முயற்சிக்கும் எண்ணத்திற்கும் தடையாக இருக்கும். எனவே தோல்வி ஏற்படும்போது, அதை இயல்பாக எடுத்துக்கொள்ள பழக வேண்டும் மன கஷ்டங்கள் இருந்தாலும் மனதிற்குள் நல்ல எண்ணங்களாகவே நினைக்க வேண்டும்.

நேர்மையாக இருக்க வேண்டும். நம் எண்ணங்களுக்கு நம்மைவிட அதிக பலம் இருக்கிறது. இது ஏதோ ஊக்கப்படுத்தும் தத்துவம் என்று நினைக்காதீர்கள், இது விஞ்ஞான பூர்வமாக நிரூபிக்கப்பட்ட உண்மை. நாம் சரியாக இருந்தாலும் சூழ்நிலை நமக்கு எப்போதும் சாதகமாக அமைவதில்லை. நம்மை சுற்றி உள்ளவர்கள் நம்மிடம் பேசும்போது அவர்களது சொந்த அனுபவங்களை நம்மிடம் பகிர்ந்து கொள்கிறேன் பேர்வழி என்று தேவை இல்லாத பயத்தை நம் மனதில் ஏற்படுத்தி விடுவார்கள். அதை புரிந்துகொண்டு எச்சரிக்கை உணர்வுடன் இருக்க வேண்டும். நேர்மையாக வாழ்வதில் சிரமம் இருக்கதான் செய்யும். இருப்பினும் மனதில் துணிவுடன் இருந்தால் நேர்மையாக வாழ்ந்து முன்னேற்றத்திற்கு வழி காணலாம்.

நேர்மையின் சிறப்பு....

ஒரு வியாபாரி தனக்கு பயணம் செய்ய ஒட்டகம் வாங்க சந்தைக்கு போனான்.

ஒட்டக வியாபாரியிடம் அப்படி இப்படி என பேரம் பேசி நல்ல விலைக்கு ஒட்டகத்தை வாங்கி கொண்டு ஓட்டி வந்-

தான்.

ஒட்டகம் வாங்கிய வியாபாரிக்கோ மகிழ்ச்சி. நயமான விலையில் நல்ல தரமான ஒட்டகம் கிடைத்தது என்று.

வீட்டுக்கு வந்ததும் தன் வேலையாளை அழைத்து ஒட்-டகத்தை கொட்டிலில் அடைக்க சொன்னான்.

அதற்கு முன்பாக ஒட்டகத்தின் மேலிருந்த சேணத்தை அவிழ்க்க முயற்சித்தான். அவனால் முடியவில்லை.

தன் வேலையாளை அழைத்து ஒட்டகத்தின் சேணத்தை அவிழ்க்க சொன்னான்..

ஒட்டகத்தின் மீதிருந்த சேணத்தை அவிழ்த்த வேலை-யாள், பொத் என ஏதோ கீழே விழுவதை கண்டு எடுத்து பார்த்தான்.

அது ஒரு சிறிய பொக்கிஷப்பை. உள்ளே பிரித்தால், ஆச்சரியத்தால் அவன் கண்கள் விரிந்தது. விலை மதிப்பற்ற நவரத்தின கற்கள். தகதகவென மின்னியது.

அதை எடுத்து கொண்டு முதலாளியிடம் ஓடி காண்பித்-தான்.

உடனே வியாபாரி, அந்த பையை இப்படி கொடு, உடனே அந்த ஒட்டக வியாபாரியிடம் கொடுக்கணும்னு சொல்லி புறப்பட்டான்.

பணியாளோ, ஐயா இது யாருக்கும் தெரியப் போவ-தில்லை. இது இறைவனின் பரிசு. நீங்களே வைத்து கொண்-டால் என்ன என வற்புறுத்தினான்.

வியாபாரியோ ஒத்து கொள்ளாமல் புறப்பட்டு போனான்.

ஒட்டக வியாபாரியிடம் சேணத்தை அவிழ்த்த போது கிடைத்த பொக்கிஷப் பையை கொடுத்ததும் நன்றியோடு வாங்கி கொண்டவன், அந்த பொக்கிஷப் பையை வியா-பாரியிடம் கொடுத்து, உங்கள் நேர்மையை நான் மெச்சு-கிறேன். தங்களுக்கு ஏதேனும் பரிசளிக்க விரும்புகிறேன். இதிலிருந்து உங்களுக்கு பிடித்தமான கற்களை சிலவற்றை எடுத்து கொள்ளுங்கள் என்று நீட்டினான்.

அதற்கு அந்த வியாபாரியோ சிரித்து கொண்டே உங்-களிடம் இந்த பொக்கிஷத்தை தரும் முன்பே இரண்டு

விலையுயர்ந்த ரத்தினங்களை நான் வைத்து கொண்டேன் என்றான்.

உடனே ஒட்டக வியாபாரியோ கற்களை எண்ணி பார்க்க எதுவுமே குறையவில்லை. சரியாக இருந்தது கண்டு குழம்பினான்.

உடனே அந்த வியாபாரி நான் சொன்ன இரண்டு ரத்தினங்கள்...

1. எனது நேர்மை.

2. எனது சுயமரியாதை என்றான் கம்பீரமாக.

நேர்மையாளனாக வாழ்வது பெரிய விஷயமல்ல. தவறு செய்யக்கூடிய சந்தர்ப்பமும், வாய்ப்பும், வாய்த்தாலும் நேர்மையாக வாழ வேண்டும்.

*வாழ்வில் ஒரு நாள் நேர்மையையாய் வாழ்ந்து பார்த்தால் அதன் ருசி நாம் உணர்ந்து விட்டால், நாம் எதற்காகவும் நேர்மையை இழக்க மாட்டோம்.

நேர்மை குறித்து...

உண்மையே பேச வேண்டும். கோபத்தை தவிர்க்க வேண்டும். கைவசம் இருப்பது கொஞ்சமே ஆனாலும் இருப்பவர்களுக்கு ஈதல் வேண்டும். இவ்மூன்று செயல்களும் ஒருவனைத் தேவர்களிடம் அழைத்துச் செல்கின்றன. தலைமயிர் நரைத்து விட்டதனால் மட்டும் ஒருவர் முதிர்ச்சியடைந்த பெரியவர் ஆக இயலாது. அவ்வாறு அவர் அடைந்த முதிர்ச்சி பயனற்ற முதுமையாகும். மனதால் முதிர்ச்சியடைய வேண்டும். புத்தரையும் தருமத்தையும் சங்கத்தையும் சரண் அடைந்தவன் மேன்மையான நான்கு வாய்மைகளைத் தனது தெளிந்த அறிவால் காண்கிறான்.

துன்ப நீக்கத்திற்கான வழி, ஆசைகளை விட்டு விடுவதால் மட்டும் ஏற்பட்டுவிடாது. சொல், செயல், சிந்தனை இம்மூன்றிலும் உண்மை இருக்க வேண்டும். நேர்மை இருக்க வேண்டும். கொல்லாமை, அன்புடைமை, தூய அறிவுடைமை ஆகிய இந்த உயர்ந்த இயல்புகளையும் நிலையாகக் கொள்ள வேண்டும். மனிதனாகப் பிறப்பது அரிது. மனிதனாக வாழ்வது அரிது. உயர்ந்த அறநெறிகளைக் கேட்பது

அரிது. முற்றிலும் நிந்திக்கப்பட்டவனும், முற்றிலும் புகழப்பட்டவனும் ஒருக்காலும் இருந்ததில்லை. இருக்கப் போவதுமில்லை. இப்போதும் இல்லை. குழம்பின் சுவையினை அகப்பை அறிய முடியாதது போல, தமது வாழ்நாள் முழுவதும் அறிஞர்களோடு பழகினாலும், ஒரு மூடன் அறத்தின் இயல்புகளை அறிய மாட்டான்.

பொய்யர்களை பார்க்க...

நாம் ஒவ்வொரு நாளும் பல்வேறு தரப்பட்ட மனிதர்களோடு பழகிக் கொண்டிருக்கிறோம் உரையாடிக் கொண்டிருக்கிறோம் கொண்டிருக்கிறோம். ஆனால் பல நேரங்களில் நாம் பழகி வரும் மனிதர்கள் எத்தகையவர்கள் என்று நம்மால் புரிந்து கொள்வது சாத்தியமில்லாமல் போகிறது. அதைப் புரிந்து கொள்வதற்கான பயிற்சியோ புரிதல்களோ நம்மிடம் இல்லாமல் போனதே இதற்குக் காரணம். பல நேரங்களில் நன்மை செய்ய வேண்டும் என்று சரியான நபர்களிடம் நாம் செல்லாமல் இருப்பதற்கு பல காரணங்கள் இருக்கிறது குறிப்பாக நாம் பழகுகின்ற மனிதர்கள் நேர்மையானவர்களா அல்லது பொய்யர்களா என்பது தெரியாமலேயே அவர்களிடம் நாம் பல காலம் பழகி இருக்கிறோம். இதன் விளைவாகவே பல நேரங்களில் நம் வாழ்வில் பல்வேறு விதமான சிக்கல்களையும் எதிர்ச்சூழல்களையும் சந்திக்க நிர்ப்பந்திக்கப் பட்டிருக்கலாம். சரியான அல்லது நேர்மையான மனிதர்களை பொய்யர்களிடம் இருந்து வேறுபடுத்தி பார்த்து புரிந்து கொள்வது எப்படி என்ற இந்த எட்டு ரகசிய டிப்ஸ் இதோ:

1. மதிப்பும் மரியாதையும் - நேர்மையானவர்கள் அனைவரையும் மதிப்பார்கள். தனக்கு எதிரானவர்கள், தனக்கு பிடிக்காதவர்கள், தனது கருத்துக்கு எதிர் கருத்துக்களை கொண்டிருப்பவர்கள் என எல்லோரையும் மதித்து பழகுவார்கள். ஆனால் பொய்யர்களே யாரிடம் அதிக வலிமை இருக்கிறததோ, யார் அதிக பணம் வைத்திருக்கிறார்களோ, யார் அதிக செல்வாக்குப் பெற்று இருக்கிறார்களோ அவர்களிடம் மட்டுமே நன்றாக பழகுவார்கள்.

2. **மாற வேண்டும் என்ற எதிர்பார்ப்பு** - நேர்மை-யானவர்கள் எப்போதும் மற்றவர்களை தங்கள் கருத்துக்-களை நோக்கி இருக்க வேண்டும் என்று கவலைப்படுவ-தில்லை. நம்மைப் போலவே அவர்களும் மாறி விட வேண்-டும் என்று கங்கணம் கட்டுவதில்லை. வெவ்வேறு கருத்துக்-களை கொண்டிருந்தாலும் தங்களைப் போன்றே இல்லாமல் எதிர் திசையில் பயணம் செய்பவராக இருந்தாலும் அவர்-களை ஏற்றுக் கொள்வார்கள். ஆனால் பொய்யர்களோ எப்-படியாவது எல்லாரையும் குறிப்பாக அவர்கள் விரும்புகிற ஒவ்வொருவரையும் தங்கள் திசையில் திருப்பி விட வேண்-டும் என்பதில் கவனமாக இருப்பார்கள். தங்கள் பக்கம் திரும்பவில்லை என்றால் அது அவர்களுக்கு மிகப் பெரிய அதிர்ச்சியை உருவாக்கும். இது மிகப்பெரிய ஏமாற்றத்தை பொய்யர்களுக்கு ஏற்படுத்தும்.

3. **தங்களை நோக்கி கவனத்தை திருப்புவதில்** - நேர்-மையாளர்கள் எப்போதும் அனைவருடைய கவனத்தையும் தன்பால் ஈர்ப்பதில் கவனம் செலுத்துவதே கிடையாது. அப்-படி நடந்தால் அது இயல்பாக நடப்பதாக இருக்கும். ஒவ்-வொரு முறையும் எப்படியாவது அனைவருடைய கவனத்-தையும் தன்பால் ஈர்த்து விட வேண்டும் என்று அவர்கள் எண்ணுவது கிடையாது. ஆனால் பொய்யர்களோ ஒவ்-வொரு நிமிடமும் எப்படியாவது அனைவருடைய கவனத்-தையும் தன்பால் ஈர்க்க வேண்டும் என்று குறியாக இருப்-பார்கள் ஒவ்வொருவருடைய கவனமும் தங்கள் பக்கம் திரும்பவில்லை என்றால் மிகப் பெரிய ஏமாற்றத்திற்கு அது அவர்களை தள்ளிவிடும்.

அதனால் ஒவ்வொரு முறையும் மற்றவர்கள் தங்கள் தங்-கள் பால் ஈர்க்கப் படுகிறார்களா என்று கவனமாக நோட்-டமிடுவதில் நேரத்தை செலவிடுவார்கள். யார் அவர்கள் பக்கம் திரும்ப வேண்டும் என்று அவர்கள் எதிர்பார்க்கி-றார்களோ அவர்களுடைய அவர்களுடைய கவனம் பொய்-யர்கள் பக்கம் திரும்பவில்லை என்றால் மிகவும் கடுப்பாகி விடுவார்கள் அவர்களை எதிர்த்து கெடுதல் ஏதாவது *செய்-*

யவும் துணிந்து விடுவார்கள்.

4. தங்களையே புகழ்வது மற்றும் விளம்பரப் படுத்துவது - நேர்மையாளர்கள் எப்போதும் தங்களை விளம்பரப்படுத்திக் கொள்வதை தவிர்த்து விடுவார்கள். தங்களுடைய பெருமைகளையே அவர்கள் பாடிக் கொள்வதில்லை. பிறரிடம் தங்களுடைய சாகச செயல்களை அள்ளிக் கொட்டுவதில்லை. பொய்யர்கள் அதற்கு மாறாக ஒவ்வொரு முறையும் தங்களையே மையப்படுத்தி கொண்டு தங்களை கவர்ச்சிகரமானவர்களாகவும் புகழின் உச்சியில் இருப்பவர்களாகவும் சித்தரித்து கொள்வதில் அலாதி பிரியம் கொள்கிறார்கள்.

5. கருத்துக்களை வெளிப்படையாகச் சொல்வதில் - நேர்மையாளர்கள் தங்கள் கருத்துக்களை தங்கள் சிந்தனைகளை மற்றும் தங்கள் எண்ண ஓட்டங்களை மிக நேர்மையாக வெளிப்படையாக எடுத்துச் சொல்லி விடுவார்கள். தங்கள் மனதில் தோன்றுகின்ற தோன்றுகின்ற கருத்துக்களை உள்ளதை உள்ளவாறு கூறிவிடுவார்கள். ஆனால் பொய்யர்களோ தங்கள் கருத்துக்களை வெளிப்படையாகச் சொல்லாமல், பொது வெளியில் சொல்லாமல், மறைமுகமாக ஆங்காங்கே கூட்டம் போட்டு ஓரிருவருக்கு மட்டும் ரகசியமாக கருத்துப் பரவல் செய்கின்ற முறையில் சொல்லுகின்ற பழக்கத்தை உடையவர்கள்.

6. வாக்குறுதி அளிப்பதில் - நேர்மையாளர்கள் குறைவான வாக்குறுதியை அளித்தாலும் அவற்றை நிறைவேற்றுவதில் குறியாக இருப்பார்கள். ஒருமுறை ஒரு வாக்குறுதி அளித்து விட்டால் அதை நிறைவேற்றாமல் அவர்களால் தூங்க இயலாது. சொல்வதை செய்வோம்! செய்வதைச் சொல்வோம்! என்று இருப்பார்கள் ஆனால் பொய்யர்களோ மிக எளிதாக வாக்குறுதிகளை அளித்து விடுவார்கள். ஆனால் அவற்றை நிறைவேற்ற வேண்டுமே என்பதைப் பற்றி கொஞ்சம் கூட கவலைப் பட மாட்டார்கள் ஒவ்வொரு முறையும் இப்படியே போகிற இடங்களில் எல்லாம் சந்திக்கின்ற மனிதர்களிடமெல்லாம் வாக்குறுதிகளை அள்ளி

தெளித்து விடுவார்கள். அவற்றை நிறைவேற்ற வேண்டும் என்ற அக்கறை கொஞ்சம் கூட அவர்களிடம் இருக்காது.

7. **பிறரைப் பார்த்து வியப்பதில்** - நேர்மையாளர்கள் தகுதி மற்றும் திறமைகள் நிறைந்த மற்றவர்களை பார்க்கின்ற பொழுது அவர்களைப் பார்த்து வியப்படைவார்கள். அவர்-களைப் பார்த்து மெச்ச வேண்டும் என்று நினைப்பார்கள். அவர்களுக்கு தேவையான நல்வாழ்த்துக்களை வழங்க வேண்டும் என்று நினைப்பார்கள். ஆனால் பொய்யர்களே பிறரைப் பார்த்து குறிப்பாக தங்களைவிட திறமைசாலிகளை பார்த்து மெச்சுவதற்கு பதிலாக அவர்களை புகழ்வதற்கு பதி-லாக தங்களையே மிகவும் உயரத்தில் இருப்பதாக காட்டிக் கொள்வதற்காக திறமைசாலிகளை மட்டம் தட்டுவதில் குறி-யாக இருப்பார்கள்.

8. **பிறருக்கு உதவி செய்வதில்** - நேர்மையாளர்கள் எப்-பொழுதுமே பிறருக்கு உதவ வேண்டும் என்று சிந்தித்து செயல்படுகிற பழக்கம் உள்ளவர்கள். எப்பொழுதுமே மிகவும் உதவியாகவும் உதவுகின்ற மனநிலையோடும் செயல்படுபவர்-கள். யாருக்காவது ஏதாவது தேவை பட்டால் உடனடியாக எந்த எதிர்பார்ப்பும் இன்றி உதவிட வேண்டும் என்று ஓடிச் செல்பவர்கள். ஆனால் பொய்யர்களோ தாங்கள் வைத்தி-ருக்கின்ற மறைவான இலக்குகளை மையப்படுத்தி அதற்-கேற்ற வகையில் பிறரிடம் நிதானத்துடன் நடந்து கொள்-வார்கள். தங்களுக்கு ஒரு தேவை இருக்கிறது என்றால் மிகவும் நல்லவர்களாகவும் உதவி புரிபவர்களாகவும் தங்-களை காட்டிக் கொள்வார்கள். ஆனால் எல்லாம் அவர்கள் மனதில் வைத்து இருக்கின்ற குறுகிய ஒரு திட்டத்தை நோக்கியே அத்தகைய செயல்பாடுகள் இருக்கும்.

மேற் கூறிய எட்டு வழிமுறைகளை பயன்படுத்தி நீங்கள் பழகி வருகின்ற மனிதர்கள் நேர்மையானவர்களா அல்லது பொய்யர்களா என்பதை மிக எளிதாக நீங்கள் அடையாளம் கண்டு விடலாம்.

www.ingramcontent.com/pod-product-compliance
Lightning Source LLC
Chambersburg PA
CBHW040109180526
45172CB00009B/1277
9781638868262